கல்விப் புலங்களில் நாட்டுப்புறவியல் ஆய்வுகள்

அ. கலையரசி

கல்விப் புலங்களில் நாட்டுப்புறவியல் ஆய்வுகள்

அ. கலையரசி

கருத்து = பட்டறை

கல்விப் புலங்களில் நாட்டுப்புறவியல் ஆய்வுகள் ◆ ஆய்வுக் கட்டுரைகள் ◆ ஆசிரியர்: அ. கலையரசி ◆ முதல் பதிப்பு: நவம்பர் 2013 ◆ வெளியீடு: கருத்து=பட்டறை, 2, முதல் தளம், மிதேசு வளாகம், நான்காவது நிறுத்தம், திருநகர், மதுரை 625006◆ தொலைபேசி: 9842265884 ◆ மின்னஞ்சல்: paraman_karuthupattarai@yahoo.co.in ◆ வடிவமைப்பு: ஆதி ◆ அச்சகம்: கணபதி பிராஸஸ்,சென்னை–5◆ பக்கங்கள்: 56

விலை ரூ.50

ISBN 978- 81- 908758 - 5- 1

பொருளடக்கம்

மதுரை காமராசர் பல்கலைக்கழகம், தமிழியற்புலம், நாட்டுப்புறவியல் துறை உருவாக்கத்தின் சமூகப் பின்புலம் 11

நாட்டுப்புறவியல் ஆய்வுகளை வகைப்படுத்தும் முறை 26

மதுரை காமராசர் பல்கலைக்கழக நாட்டுப்புறவியல் ஆய்வுகளால் கட்டமைக்கப்படும் பண்பாட்டு அடையாளங்கள் 35

நாட்டுப்புறவியலாளராக

யதார்த்த வாழ்வில் கதைகளினூடேவும் சடங்குகளினூடேவும் தமது வாழ்க்கை முறையை அமைத்துக்கொண்டவர்கள், அவற்றை வாசிக்கவும் யோசிக்கவும் பயணப்படும் வேளையில் நிகழும் ரஸவாதங்களைப் பேசுவதும் அவசியமெனத் தோன்றுகிறது. ஒரு கதையைக் கேட்பதற்கும் அதே கதையைச் சேகரிப்பதற்குமிடையில் கதை கேட்பர் என்ற மனநிலையிலிருந்து கதையைச் சேகரிப்பவர் என்ற மனநிலைக்கு மாறவேண்டியிருக்கிறது. கதையைக் கேட்பதற்கு விருப்பம் தேவைப்படுகிறது. கதை சேகரிப் பாளராகும்போது விருப்பத்தைத் தாண்டி மக்களின் அனுபவத்தின் ஒரு பகுதியைப் பதிவுசெய்கிறோம், ஆவணமாக்குகிறோம் என்ற கடமை உணர்விற்கு ஆட்படுகிறோம். கதையை ஆய்வுக்குட்படுத்தும் பொழுது 'கதை என்பது பொய் அல்ல (கட்டுக்கதை அல்ல)' என்ற உண்மை முகத்தில் ஓங்கி அறைகிறது. அவை பல நூற்றாண்டுகளாக மனிதர்களின் அனுபவத்தையும் அறிவையும் அறிதல் உணர்வையும் அடுத்த தலைமுறை மனிதர்களுக்குக் கடத்தி வருகிற ஒரு சிந்தனை முறை என்பது புரிகிறது. நமது சமூகத்தின் மக்களின் பன்னெடுங்கால அனுபவங்களின் தொகுப்பாக அவை விளங்குகின்றன என்பதை உணரும் பொழுது பெருமித உணர்வு ஏற்படுகிறது.

அதேபோல், ஒரு சடங்கு நிகழ்வில் தாமும் ஒரு அங்கமாக செயல்படுவதற்கும் அதை ஆய்வு செய்வதற்கும் நிறைய வித்தியாசங்கள் உள்ளன. தாம் சார்ந்த சாதி மற்றும் ஊர் சடங்குகளில் மரபானவை, நம்முடையவை என்ற புரிதலுடன் அந்நிகழ்வில் பங்கேற்கிறோம். அதே சடங்குகளை வாசிக்கும் பொழுது ஒவ்வொரு மக்கள் கூட்டத்திற்கும் சடங்குகள் உள்ளன, அவை அம்மக்களுக்குரியவை, அம்மக்களுக்குச் சொந்தமானவை, அங்கீகரிக்கப்பட வேண்டியவை என்ற புரிதல் ஏற்படுகிறது. அதைத் தொடர்ந்து சடங்குகளின் வழி மக்களின் பன்மைத்துவத்தை ஏற்கும் மனநிலைக்கு வந்து சேர்கிறோம்.

மக்களின் வழக்காறுகளைப் பாடமாகப் பயிலும் பொழுது நான் யார்? இந்தச் சமூகம் எவ்வாறு இயங்குகிறது? நாம் இந்தச் சமூகத்தில் எந்த இடத்தில் இருக்கிறோம். இவை போன்ற கேள்விகளையும், அவற்றிற்கான பதில்களையும் கண்டடைகிறோம்.

இயந்திரங்களின் ஊடே இயந்திரங்களின் ஒரு பகுதியாக இயங்கிக்கொண்டிருக்கும் இன்றைய வாழ்வின் சிக்கல்களைக் களைந்து உயிர்ப்புடன் வாழ்வதற்கு நமக்கு வழக்காற்றியல் பாடங்கள் உதவிபுரிகின்றன. இச்சிறப்புடைய நாட்டுப்புறவியல் துறை சார்ந்து ஆய்வுகளில் ஈடுபடுவதும் அவற்றை நூலாக வெளியிடுவதும் மிகவும் மகிழ்வூட்டுவதே ஆகும்.

மதுரை காமராசர் பல்கலைக்கழகத்தின் நாட்டுபுறவியல் துறையில் ஆய்வு நிறைஞர் பட்டத்திற்காக சமர்பிக்கப்பட்ட ஆய்வேடே இந்நூல். நாட்டுப்புறவியல் துறைத் தலைவராக இருந்த பேராசிரியர் இ. முத்தையா அவர்கள் 2003ல் நாட்டுப்புறவியல் ஆய்வுகளை மதிப்பீடு செய்யும் திட்டம் ஒன்றை உருவாக்கினார். அதில், மதுரை காமராசர் பல்கலைக்கழகம், தமிழ்ப் பல்கலைக்கழகம், மனோன்மணியம் சுந்தரனார் பல்கலைக்கழகம், தூய சவேரியார் கல்லூரி போன்ற கல்விப் புலங்களில் நாட்டுப்புறவியல் துறை சார்ந்து நடைபெற்ற ஆய்வுகளும் ஆராய்ச்சி, மள்ளரியம் மற்றும் பிற தமிழியல் ஆய்வு இதழ்களில் வெளிவந்த நாட்டுப்புறவியல் துறை சார்ந்த ஆய்வுக் கட்டுரைகளும் மதிப்பீடு செய்யப்பட்டன. அதனடிப்படையில் எனது ஆய்வு நிறைஞர் பட்டத்திற்காக மதுரை காமராசர் பல்கலைக்கழகத்தில் 1970–1990 வரையில் நடைபெற்ற நாட்டுப்புறவியல் ஆய்வுகளை மதிப்பீடு செய்யும் பணியை மேற்கொண்டேன். மதுரை காமராசர் பல்கலைக்கழகம், தமிழியற்புலம், நாட்டுப்புறவியல் துறை உருவாக்கத்தின் பின்னணியில் அமைந்த கல்வி நிறுவனச் சூழலும், சமூக அரசியல் பின்புலமும் முதல் கட்டுரையில் இடம்பெற்றுள்ளன. 1970–1990 வரையிலான நாட்டுப்புறவியல்

ஆய்வுகளின் வகைப்படுத்தும் முறை குறித்து இரண்டாவது கட்டுரையில் பேசப்பட்டுள்ளது. பல்கலைக்கழக ஆய்வுகளின் வழியே கட்டமைக்கப்படும் பண்பாட்டு அடையாளங்கள் குறித்து மூன்றாவது கட்டுரையில் விவாதிக்கப்பட்டுள்ளது.

மிகப் பொறுமையாக இந்நூல் உருவக்கத்தில் துணைநின்ற கருத்துப்பட்டறை பதிப்பகத்தாருக்கு மிகுந்த நன்றிகள். நாட்டுப்புறவியலை அதன் அரசியலை, கோட்பாடுகளைப் பாடமாகக் கற்றுக்கொடுத்த பேராசிரியர் இ. முத்தையா அவர்களுக்கு என்றும் நன்றியுடையேன். நாட்டுப்புறவியல் துறை சார்ந்த சொல்லாடல்களின் நுணுக்கங்களைத் தெளிவு செய்த பேராசிரியர் டி. தருமராஜன் அவர்களுக்கு நன்றிகள் பல. பண்பாட்டியல் ஆய்வுகளில் ஈடுபடுவதற்குத் தொடர்ந்து ஊக்கமளித்து வருகின்ற பேராசிரியர் பெ.க.பெரியசாமி ராஜா அவர்களுக்கு தோழமை கலந்த நன்றிகள். அவர்களில் ஒருவராக எனை ஏற்றுக்கொண்ட நாட்டுப்புறவியல் துறை சார்ந்த எனது நண்பர்களுக்கு என்றும் நன்றிகள்.

அ. கலையரசி

மதுரை காமராசர் பல்கலைக்கழகம்
தமிழியற்புலம், நாட்டுப்புறவியல் துறை உருவாக்கத்தின் சமூகப் பின்புலம்

பல்கலைக்கழகங்கள் உருவாக்கமும் சமூகப் பொருளாதாரச் சூழலும்

இந்திய விடுதலைக்கு முன்னர் இந்தியாவை ஆட்சிசெய்த ஆங்கிலேயர்கள் தங்கள் தொழில் உற்பத்தியைப் பெருக்க நினைத்தனர். அவ்வாறு தொழில் உற்பத்தியைப் பெருக்குவதற்காகத் தொழில் நிறுவனங்களை நிறுவினர். இத்தொழில் நிறுவனங்களுக்கு, தொழில் நுட்ப அறிஞர்கள், அலுவலர்கள், எழுத்தர்கள் அதிக அளவில் தேவைப் பட்டனர். அவற்றை நிறைவு செய்வதற்காகவும், தங்களது தொழில் உற்பத்தியைப் பெருக்கிக்கொள்வதற்காகவும் ஆங்கிலேயர்கள், பள்ளிகள், கல்லூரிகள், பல்கலைக்கழகங்கள் ஆகியவற்றை நிறுவினார்கள். அதன் விளைவாக தமிழகத்தில் முதலில் சென்னைப் பல்கலைக்கழகம் அமைக்கப்பட்டது.

இந்திய முதலாளித்துவ சமூகத்தில் உருவான அறிவியல் தொழில் நுட்ப வளர்ச்சியும், எந்திர மயமாக்கப்பட்ட உற்பத்தி முறையும், இந்தியப் பண்பாட்டுத் தளத்தில் பல மாற்றங்களை ஏற்படுத்தின. இம்மாற்றங்களின் காரணமாகக் கிராமங்களில் இருந்த மக்கள் நகர்ப்புறம் நோக்கிக் குடிபெயர்ந்தனர்.

மக்களின் இடப்பெயர்ச்சியினாலும், கல்வி வளர்ச்சியினாலும், இந்தியாவில் நடுத்தரவர்க்கம் என்றொரு புதிய வர்க்கம் உருவானது. இந்நடுத்தரவர்க்கத்தினர், தங்கள் வாழ்க்கைத் தேவைகளைப் பூர்த்தி செய்வதற்குக் கல்வி மிகவும் அவசியம் என்பதை உணர்ந்தனர். இதனால் சமூக அமைப்பில் கல்வியறிவு அதிகாரம் செலுத்த ஆரம்பித்தது. இக்காலகட்டத்தில் முதன் முதலில் சென்னைப் பல்கலைக்கழகம் தோற்றுவிக்கப்பட்டது. சென்னைப் பல்கலைக்கழகத்தில் மருத்துவம், தொழில்நுட்பம், அறிவியல், கலைகள் என எல்லாப் பாடப்பிரிவுகளுமே ஒரே இடத்தில் இருந்தன. இத்தகைய சூழலில் கல்வியின் அவசியத்தை உணர்ந்த நடுத்தர மக்கள் அப்போதிருந்த ஒரே பல்கலைக்கழகமான சென்னைப் பல்கலைக்கழகத்திற்குச் சென்று தமது பட்டமேற்படிப் பினை மேற்கொள்ள வேண்டிய சூழல் ஏற்பட்டது. இதன் காரண மாக நடுத்தர மக்கள் பொருளாதாரச் சிக்கலுக்கும், மற்றைய சிக்கல்களுக்கும் ஆட்பட்டனர். இப்பிரச்சினைகளின் காரணமாக அந்தந்த வட்டார மக்கள், அரசை நெருக்கடிகளுக்கு உள்ளாக்கி னார்கள். அந்தந்த வட்டார மக்களின் நெருக்கடி காரணமாக அந்தந்த வட்டாரங்களில் பல்கலைக்கழகங்களும், கல்லூரிகளும் நிறுவப்பட்டன.

இத்தகைய சமூகப் பொருளாதாரக் கல்விச் சூழலின் காரண மாகவே, தென்மாவட்டங்களின் மத்தியில் மதுரைப் பல்கலைக் கழகம் நிறுவப்பட்டது. இப்பல்கலைக்கழகங்களில் உயர்நிலை ஆய்வுப்பட்டங்களான நிறைஞர் (M.Phil), முனைவர் (Ph.D.) ஆகியவற்றிற்கான ஆய்வுகள் மேற்கொள்ளப்பட்டன. இத்தகைய உயர்நிலை ஆய்வுகளால் நாட்டின் முன்னேற்றம் வளர்ச்சி பெறும் என்ற நிலை ஏற்பட்டது. இதன்காரணமாகவும் வட்டாரம் சார்ந்த பல்கலைக்கழகங்கள் அதிக அளவில் உருவாக்கப்பட்டன.

இத்தகைய வட்டாரம் சார்ந்த பல்கலைக்கழங்கள் உருவாவ தற்குச் சமூகப் பொருளாதாரச் சூழல் மட்டுமின்றி அக்காலகட்டத்து அரசியல் சூழலும் ஒரு காரணமாகும்.

வட்டாரப் பல்கலைக்கழகங்களும் - அரசியல் சூழலும்

நாடு சுதந்திரம் பெற்ற பிறகு மக்கள் அனைவரும் வாக்குரிமை பெற்றனர். இதன் காரணமாக மக்களைத் தம் பக்கம் ஈர்க்கும் முயற்சியில் அரசியல் கட்சிகள் போட்டி போட்டுக்கொண்டிருந்தன.

இத்தகைய அரசியல் சூழலில் அந்தந்த வட்டார அரசியல் கட்சிகள், மக்களிடம் வாக்குகளைச் சேகரிப்பதற்காகப் பல்கலைக் கழகங்கள், தொழிற்சாலைகள், சாலைகள், குடிநீர் வசதிகள் போன்றவற்றை ஏற்படுத்தும் முயற்சியில் ஈடுபட்டன. ஏதாவது

ஒரு வகையில் மக்களின் கவனங்களை ஈர்த்து வாக்குகளைச் சேகரிக்க விரும்பின.

இத்தகைய அரசியல் சூழலும் மதுரை பல்கலைக்கழகம் தோன்று வதற்கான காரணங்களுள் ஒன்றாகும். 1956இல் சென்னைப் பல்கலைக்கழகத்தின் விரிவாக்க மையம் மதுரை மாநகரில் அமைக்கப் பெற்றது. இவ்விரிவாக்க மையமே மதுரை பல்கலைக் கழகம் உருவாவதற்கு அடிப்படையாக அமைந்தது எனலாம்.

தென் பகுதியில் உள்ள மக்களின் வாக்குகளைப் பெறுவதற் காகக் காங்கிரஸ் ஆட்சி காலகட்டத்தில் 1966ஆம் ஆண்டு மதுரை பல்கலைக்கழகம் நிறுவப்பட்டது.

முதலில் அழகர்கோயில் சாலையிலும் பின்னர் 1972இல் மதுரை தேனி சாலையில் 745 ஏக்கர் பரப்பளவில் விரிவுபடுத்தப் பட்டது. இவ்விரிவுபடுத்தப்பட்ட மதுரை பல்கலைக்கழகம் 22.7.1978 அன்று காமராசர் பல்கலைக்கழகம் என தமிழக அரசினால் பெயரிடப்பட்டது. பின்னர், 4.10.1978 அன்று காமராசர் பல்கலைக்கழகம் என்ற பெயர் நீக்கப்பட்டு மதுரை காமராசர் பல்கலைக்கழகம் என பெயர் மாற்றம் பெற்றது. அன்றிலிருந்து இப்பல்கலைக்கழகம் மதுரை காமராசர் பல்கலைக்கழகம் என்றே அழைக்கப்பட்டு வருகிறது.

சென்னைப் பல்கலைக்கழகம், மதுரை காமராசர் பல்கலைக் கழங்களைத் தொடர்ந்து மனோன்மணியம் சுந்தரனார் பல்கலைக்கழகம், பாரதிதாசன் பல்கலைக்கழகம், அன்னை தெரசா பல்கலைக்கழகம், பெரியார் பல்கலைக்கழகம் ஆகிய பல்கலைக்கழகங்கள் தொடங்கப்பட்டன.

இவ்வாறு நிறுவப்பட்ட மதுரை பல்கலைக் கழகம், காமராசர் பல்கலைக்கழகம் எனப் பெயர் மாற்றப்பட்டதும் பின்னர் மதுரை காமராசர் பல்கலைக்கழகம் என மாற்றப்பட்டதற்கும் மதுரையின் வட்டார அரசியல் சூழலே காரணமாகும்.

மேற்கூறப்பட்ட சமூகப் பொருளாதார அரசியல் சூழலின் காரணமாக உருவாக்கப்பட்ட மதுரை காமராசர் பல்கலைக் கழகத்தில் தமிழ் மொழிப்பாடம்தான் முதலில் ஆரம்பிக்கப் பட்டது. மதுரை காமராசர் பல்கலைக்கழகத்தில் மட்டுமல்லாமல் தமிழ்நாட்டில் எந்தவொரு பல்கலைக்கழகம் தொடங்கப்பட்டாலும் தமிழ் வகுப்புகளுக்கே அன்றைய காலகட்டத்தில் முன்னுரிமை அளிக்கப்பட்டது. இதற்குத் தமிழ் நாட்டில், தமிழ்மொழிக் கல்விதான் முதலில் தொடங்க வேண்டும் என்ற காரணம் ஒரு புறம் சொல்லப்பட்டாலும், தமிழ்நாட்டில் தமிழ் மொழிக் கல்வி என்பதற்கு அரசியல் வரலாறு இருக்கிறது.

விடுதலைக்கு முன் தமிழ்மொழியும் - அரசியலும்

"இந்தியாவை ஆட்சி செய்த ஆங்கிலேயர்கள் இந்தியர்களின் சுதந்திர தாகத்தை நலிவடையச் செய்வதற்காக, இந்திய வரலாற்றைத் திரித்துக் கூறினர். இந்திய நாடு இருளடைந்த நாடாகவே இருந்தது என்றும் அந்நியப் படையெடுப்புக்கும், ஆதிக்கத்திற்கும் இரையாகி வருவதே இந்தியாவின் தலைவிதி என்றும் எழுதினார்கள்.

இதனை எதிர்த்து இந்திய நாட்டு வரலாற்றாசிரியர்கள் சிலரும் பாலகங்காதர திலகர் போன்ற தேசியவாதிகளும் இந்திய வரலாறு உலக வரலாற்றிலேயே முதன்மையானது என்றும், மேலை நாட்டார் காட்டுமிராண்டிகளாக இருந்த காலத்திலேயே இந்தியர்கள் நாகரிகத்தின் உச்சாணிக் கொம்பில் வீற்றிருந்தனர் என்றும் கூறி அதற்கான ஆதாரங்களைத் தேடிப்பிடிக்க முனைந்தனர். இத்தகைய ஆராய்ச்சிகள் ஆங்கிலேயரை எதிர்த்து இந்தியர்கள் நடத்திய தேச விடுதலைப் போராட்டத்திற்கு ஓரளவுக்குத் தெம்பூட்டின. பாரம்பரியப் பெருமை பற்றிய வேட்கையையும் அளித்தன என்பது உண்மை.

இத்தகைய ஆய்வுப் போக்குகள் தமிழகத்திலும் ஒலித்தன. பாரதியாரின் உரைநடைகளில் இதனைத் தெளிவாகக் காண முடிகிறது. ஆனால் பிராமணர்களுள் சிலர் வடமொழி மற்றும் ஆரிய நாகரிகத்தின் தொன்மையையும், மேம்பாட்டையும் கூறியதோடு நிறுத்திவிடாமல், தமிழ் உள்ளிட்ட இந்தியாவின் அனைத்து நாகரிகங்களையும்விட ஆரிய நாகரிகமே சிறந்தது என்றும் எழுதத் தொடங்கினர்.

தமிழ்நாட்டிலேயே பிறந்து, தமிழரிடையே வளர்ந்து, தமிழையே தமது தாய்மொழியாகக் கொண்டிருந்த போதிலும் கூட, தமிழ் மொழியைத் துச்சமாக மதிப்பதும், தமிழர் சரித்திரத்தை இழிவு படுத்துவதும், 'தெய்வமொழி' எனக் கூறப்பட்ட வழக்கொழிந்து போன சமஸ்கிருதத்துக்கு வக்காலத்து வாங்குவதும், இவற்றின் மூலம் உளுத்து கலகலத்து உதிரத் தொடங்கிவிட்ட வருணாசிரம தர்மத்துக்கு முட்டுக் கொடுத்து, அதன் மூலம் தமது உணர்வையும், சமூக ஆதிக்கப்பிடிப்பையும் உறுதிப்படுத்த முனைவதும் ஆன செயல்களை மேற்கொண்ட பிராமணர்களின் செயல்கள் தமிழ் ஆராய்ச்சிப் போக்கையே நிர்ணயம் செய்தது. சமஸ்கிருத ஆசிரியர்கள் அதிக சம்பளமும், தமிழாசிரியர்கள் குறைந்த சம்பளமும் பெற்ற நிலையும் இக்காலகட்டத்தில் நிலவியது" (ஆறு.இராமநாதன், 1979, பக்.30-31).

"இந்நிலையில் தமிழகத்தில் பிராமணர்களுக்கு அடுத்த இடத்தில் இருந்த மக்கள் அடுத்த நிலைக்கு முன்னேறினார்கள். அவ்வாறு முன்னேறிய சாதியினர் ஒன்று சேர்ந்து பிராமணர்களின் சாதி மற்றும் மொழி அதிகாரத்துக்கு எதிராகப் போராடினர். இதனால் பிராமணர், பிராமணரல்லாதோர், ஆரியர்திராவிடர் என்பன போன்ற பிரிவினைகள் தோன்றத் தொடங்கின. இதற்கு ஏற்ப தமிழாய்வு வளர்ந்தது. கல் தோன்றி மண் தோன்றாக் காலத்தே தோன்றியது தமிழ்க்குடி; தமிழர் நாகரிகம் உலக நாகரிகத்திற்கே வழிகாட்டி, தமிழ் இலக்கியங்களெல்லாம் மிகமிகத் தொன்மையானவை என்பன போன்ற கருத்துக்கள் தமிழர் களிடமிருந்து வெளிப்பட்டன". (ஆறு.இராமநாதன், 1979, ப.33)

1846இல் தொல்காப்பிய எழுத்ததிகாரம் வெளியிட்டதைத் தொடர்ந்து தொல்காப்பியத்தின் பிற்பகுதிகளும் சங்க இலக்கியங் களும் வெளியிடப்பட்டன. தமிழறிஞர்கள் தங்கள் கருத்துக்களை இந்த நூல்களில் தேடத் தொடங்கினர். சங்க காலம் பொற்காலம் என்ற கருத்து உருவாக்கப்பட்டது. மாறுபட்ட கருத்துக்களைக் கூறிய தமிழறிஞர்கள் தமிழ்த் துரோகிகள் என்று சாடப்பட்டுப் புறக்கணிக்கப்பட்டனர்.

இத்தகைய சூழலில் பிராமணர் எதிர்ப்பு, தமிழர் பண்பாடு, தமிழ்மொழி ஆகியவற்றை முன்னிலைப் படுத்தித் தனித்தமிழ் இயக்கத்தை மறைமலையடிகள் வளர்த்தார். இக்கால கட்டத்தில் தான் தமிழ் மொழிக்கு எனத் தனி அரசியல் சூழல் உருவானது.

தமிழக அரசியல் சூழலும் - தமிழ் மொழியும்

விடுதலைக்கு முன்னரே காங்கிரஸ் கட்சியை எதிர்த்து திராவிடக்கழகம் என்ற புதுக்கட்சியைப் பெரியார் தொடங்கினார். ஆனால் பெரியார் தமிழ்மொழியை முன்னிறுத்தி திராவிடக் கழகத்தைத் தொடங்கவில்லை. பிராமணர்களுக்கு எதிராகவும், அடித்தள மக்களின் விடுதலைக்காகவுமே திராவிடக் கழகத்தை நிறுவினார். மேலும் தமிழைக் காட்டுமிராண்டி மொழி எனப் பெரியார் கூறினார். பெரியாரோடு கருத்து வேறுபட்டு தமிழ்மொழியை முன்னிறுத்தி அறிஞர் அண்ணா திராவிட முன்னேற்றக் கழகத்தைத் தொடங்கினார்.

அக்காலகட்டத்தில் பல்கலைக்கழக ஆட்சிக்குழுவில் தமிழில் பேசக் கூடாது என்ற சூழல் இருந்தது. மேலும் அதற்கு முன்னரே 1938இல் அரசு இந்தியைக் கட்டாயப் பாடமாக்கியது. இதனால் தமிழ்மொழியை முன்னிறுத்திப் போராட்டம் வெடித்தது. 1948இல் மொழி இயக்கம் வலுப்பெற்றது. 1965 சனவரி 26ஆம் நாள் இந்தியாவின் ஆட்சி மொழியாக இந்தி அரியணை ஏறிவிடும்

என்ற சூழ்நிலை வந்தபோது தமிழ்நாட்டில் பலத்த எதிர்ப்புக் கிளம்பியது. (சி.சு.மணி, ப.41)

இத்தகைய சூழலில் ஆட்சியில் இருந்த திராவிட முன்னேற்றக் கழகம் தமிழுக்கு முன்னுரிமை தரும் விதமாகத் தமிழ்மொழிக் கல்வி என்பதைக் கட்டாயப் பாடமாகக் கொண்டு வந்தது.

இவ்வாறு தமிழ்மொழிப் போராட்டம், தமிழ் மொழி அரசியல், ஆரியப் பண்பாட்டு எதிர்ப்பு ஆகியவற்றின் காரணமாகப் பல்கலைக்கழகங்களில் தமிழ்மொழிப் பாடங்களுக்கு முன்னுரிமை கொடுக்கப்பட்டு தமிழ்த்துறைகள் பல்கலைக்கழகங்களில் தொடங்கப்பட்டன.

தமிழியற்புலம் அறிமுகம்

1956இல் சென்னை விரிவாக்க மையத்தின் ஒரு பகுதியாகத் தமிழியல் துறை தியாகராசர் கல்லூரியை இருப்பிடமாகக் கொண்டு செயல்படத் தொடங்கியது. பின்னர் மதுரைப் பல்கலைக்கழகத்தில் தமிழ்த்துறை முதலில் ஆரம்பிக்கப்பட்டது. அவ்வாறு ஆரம்பிக்கப்பட்ட தமிழ்த் துறை பல்வேறு நிலைகளில் வளர்ச்சியடைந்தது.

தமிழியற்புலத்தின் வளர்ச்சி

மதுரை பல்கலைக்கழகத்தின் தமிழியல்துறை 1956ஆம் ஆண்டிலிருந்து 1965ஆம் ஆண்டு வரை ஆய்வுத் துறையாகவும், மதுரை நகரக் கல்லூரிகளில் முதுகலைத் தமிழ் மாணவர்களுக்குக் கற்பிக்கும் துறையாகவும் விளங்கியது.

1966ஆம் ஆண்டு முதல் முனைவர் (Ph.D) பட்ட ஆய்வு தொடங்கப்பட்டது. 1968ஆம் ஆண்டு முதல் முதுகலைத் தமிழ் இலக்கிய வகுப்புத் தொடங்கப்பட்டது.

1976ஆம் ஆண்டு முதல் நிறைஞர் (M.Phil) பட்ட வகுப்பு தொடங்கப்பட்டது. 1980ஆம் ஆண்டு நிறைஞர்பட்ட வகுப்பில் பருவமுறைத்திட்டம் கொண்டு வரப்பெற்றுப் பின்பற்றப்பட்டு வருகிறது. இதற்கிடையில் வெளிநாட்டு மாணவர்களுக்குத் தமிழ் கற்பிக்கும் விதமாக பேரேரிக் கல்லூரிகள் (Great Lack College) குழுவுடனும், விஸ்கான்ஸின் பல்கலைக்கழகத்துடனும் இணைந்து செயல்பட்டு வந்தது. மேலும் சாஸ்திரி இந்தோகனடியன் கல்வித் திட்டத்தின் கீழ் கனடாப் பல்கலைக்கழகங்களிலிருந்து மாணவர்கள் தமிழ் மற்றும் தென்னிந்தியப் பண்பாடு குறித்த சான்றிதழ் வகுப்பில் சேர்ந்து படிக்கத் தொடங்கினார்கள்.

இத்திட்டத்தில் பயின்ற ஸ்டீபன் இங்லிஸ் என்பவர் எழுதிய "A Village art of South Inida" என்ற நூல் 1980ஆம் ஆண்டு மதுரை காமராசர் பல்கலைக்கழகப் பதிப்புத்துறையின் வாயிலாக வெளியிடப்பட்டது.

தமிழியல்துறையோடு தொடர்புடைய துறைகள்

தமிழியற் துறையில் திருக்குறள் ஆய்வகம், மொழியியல் துறை, நாட்டுப்புறவியல்துறை, சைவசித்தாந்தத் தத்துவத்துறை, இசுலாமியத்துறை, கிறித்தவத் துறை, குருநானக் ஆய்வகம், தகவல் தொடர்பியல் போன்ற துறைகள் இருந்தன. இத்துறைகள் இப்பொழுது தனித்தனித் துறைகளாக இயங்கி வருகின்றன.

தமிழியற்புலத்தின் பெயர் மாற்றங்கள்

தமிழியல் துறை பாடத்திட்டத்திலும் ஆய்வு நிலைகளிலும் பல்வேறு நிலைகளில் வளர்ச்சி அடைந்தது. பண்டை இலக்கியம், காப்பியம், பக்தி இலக்கியம், நீதி நூல், இக்கால இலக்கியம், மொழியியல், ஒப்பிலக்கியம், நாட்டுப்புறவியல், நாடகவியல், இதழியல் போன்ற பல்வேறு துறைகளில் வளர்ச்சி பெற்றது.

எனவே, சென்னைப் பல்கலைக்கழகத்தின் விரிவாக்க மைய மாகத் தொடங்கப்பட்டத் தமிழ்த்துறை அதன் வளர்ச்சிக்கேற்ப 1977இல் தமிழியல் துறை எனப் பெயரிடப்பட்டது. மேலும் 1978இல் தமிழியல் துறையில் தெலுங்கு, மலையாளம், கன்னடம், வடமொழி முதலிய மற்ற மொழித் துறைகளும் ஒன்றாக இணைக்கப்பட்டுத் தமிழ் மற்றும் இந்திய மொழிகளின் புலம் என்று பெயர் மாற்றம் பெற்றது. இப்பொழுது தமிழியற்புலம் என்ற பெயரில் இயங்கி வருகிறது.

தமிழியற்புலத்தின் ஒரு பாடப்பிரிவாக பயிற்றுவிக்கப்பட்ட நாட்டுப்புறவியல் துறையானது இன்று ஒரு தனிப்பெரும் துறையாக வளர்ந்துள்ளது. இவ்வாறு வளர்ச்சியடைந்துள்ள நாட்டுப்புறவியல் துறைக்கும், நாட்டுப்புறவியல் ஆய்வுகளுக்கும் எனத் தனி வரலாறு உள்ளது.

முதலில் தமிழியற்புலத்தில் மேற்கொள்ளப்பட்ட நாட்டுப் புறவியல் ஆய்வுகள் பற்றியும், அதனைத் தொடர்ந்து நாட்டுப் புறவியல் துறையின் சமூகவியல் பற்றியும் விளக்கப்படுகின்றன.

தமிழியற்புலமும் - நாட்டுப்புறவியல் ஆய்வுகளும்

மொழி உணர்வு மிகுந்த காலகட்டமான 1956இல் தமிழண்ணல் அவர்கள் 'தாலாட்டு' என்ற நூலை வெளியிட்டார். அக்காலகட்டத்தில் பேராசிரியர் நா.வானமாமலை அவர்கள்

தாம் சார்ந்திருந்த பொதுவுடைமை இயக்கம் காரணமாக நாட்டுப் புறப்பாடல்கள், நாட்டுப்புறக் கதைப்பாடல்களைச் சேகரித்தார். அவ்வாறு சேகரித்த நாட்டுப்புற வழக்காறுகளைத் தொகுத்தும் பதுப்பித்தும், ஆய்வு செய்து வழிகாட்டத்தக்க பல அரிய பணிகளைச் செய்தார்.

நா.வானமாமலை போன்ற பொதுவுடைமை இயக்கத்தினரின் ஆய்வுகளின் காரணமாக மதுரை காமராசர் பல்கலைக்கழகத்தில் தமிழியற்புலத்தில் நாட்டுப்புற வழக்காறுகளைச் சேகரிக்கும் பணி தொடங்கி வைக்கப்பட்டது.

நா.வானமாமலையைத் தொடர்ந்து மதுரை காமராசர் பல்கலைக்கழகத்தில் தமிழியற்புலத்தில் நாட்டுப்புற வழக்காறுகள் தொடர்பான நிறைஞர் மற்றும் முனைவர் பட்ட ஆய்வுகள் மேற்கொள்ளப்பட்டன.

மேலும் தமிழிலக்கியம் கற்றவர்களே நாட்டுப்புறவியல் ஆய்வுகளில் மிகுதியாக ஈடுபட்டனர். இதன் காரணமாகத் தொடக்கத்தில் நாட்டுப்புற இலக்கியங்கள் பற்றிய ஆய்வுகளே மிகுதியாக நிகழ்ந்தன. அதனைத் தொடர்ந்து 1970களில் தெருக் கூத்து, தோற்பாவை நிழற்கூத்து, தாலாட்டு, ஒப்பாரி போன்ற நாட்டுப்புற வழக்காறுகள் ஆய்வுக்கு எடுத்துக்கொள்ளப்பட்டன.

இவ்வாறு நாட்டுப்புற வழக்காறுகள் ஆய்வுக்கு எடுத்துக் கொள்ளப்பட்டதை "தமிழ் ஆய்வு தமிழியல் ஆய்வானது" என்று டாக்டர் முத்துச்சண்முகம் பாராட்டியுள்ளார். (சு.சண்முகசுந்தரம், ப.5)

இவ்வாறு தமிழியற்புலத்தில் நாட்டுப்புறவியல் துறையில் நிறைஞர், முனைவர் பட்டத்திற்காக ஆய்வு செய்வோரின் எண்ணிக்கை அதிகமானது. இதன் காரணமாக நாட்டுப்புறவியல் ஆய்வு நெறி முறைகளுக்குப் பயிற்சி அளிக்கும் பொருட்டு அத் துறையின் வல்லுநர்களைக்கொண்டு சொற்பொழிவுகளும், கோடைகாலப் பயிற்சி வகுப்புகளும் நடத்தப்பட்டன.

சொற்பொழிவுகள்

1973இல் அமெரிக்க கலிபோர்னியப் பல்கலைக்கழக மானிடவியல் துறை பேராசிரியர் பீட்டர் ஜெ.கிளாஸ் அவர்கள் "துளு பண்பாட்டில் நாட்டுப்புறவியலின் இன்றியமையாமை" பற்றி சொற்பொழிவு வழங்கினார்.

பீட்டர் ஜெ.கிளாஸைத் தொடர்ந்து 1979களில் கனடா நாட்டில் பிரிட்டிஸ் கொலம்பியாப் பல்கலைக்கழகப் பேராசிரியை

இ.எப்பெக் "அண்ணன்மார் சுவாமி கதை" என்ற தலைப்பின் கீழ் சொற்பொழிவு வழங்கினார்.

கோடைகால வகுப்புகளும் பணி களங்களும்

1978ஆம் ஆண்டு மே 15 முதல் 31 முடிய பதினைந்து நாட்கள் நாட்டுப்புறவியல் பணிக்களம் ஒன்று தமிழியல் துறையில் நடத்தப்பெற்றது. இப்பணிக்காலத்தில் நடுவணரசின் இந்திய மொழிகள் மைய நிறுவனத்தைச் சேர்ந்த டாக்டர் சவஹர்லால் ஹண்டு பயிற்சி அளித்தார். நாட்டுப்புறவியல் துறையில் ஆய்வு செய்வோரும் ஆர்வமுடையவர்களும் இதில் பங்கு பெற்றனர்.

1982ஆம் ஆண்டு சூன் 10 முதல் 19 முடிய தமிழியல் துறையில் மதுரை காமராசர் பல்கலைக்கழகத்தின் நிதியுதவியுடன் நாட்டுப்புறவியல் ஆய்வு நெறி பற்றிய பணிக்காலம் நடைபெற்றது. இதில் டாக்டர் சவஹர்லால் ஹண்டு பயிற்சி அளித்தார். இப்பணிக்களத்தில் தமிழ்நாடு, கேரளா, மேற்கு வங்காளம் ஆகிய மாநிலங்களைச் சேர்ந்த 45பேர் பங்கேற்றனர்.

மேலே குறிப்பிட்டுள்ள பணிக்களங்கள், சொற்பொழிவுகள் ஆய்வுத்திட்டங்களின் காரணமாக நாட்டுப்புற இலக்கியங்களை மட்டும் ஆய்வு செய்த நிலை மாறிச் சடங்குகள், நம்பிக்கைகள், நாட்டுப்புறச் சமயம், நிகழ்த்துக்கலைகள், புழங்கு பொருட்கள், அணிகலன்கள், கைவினைக்கலைகள் போன்ற வழக்காறுகளில் பல நிலைகளில் ஆய்வுகள் மேற்கொள்ளப்பட்டுவந்தன. மேலும் அக்காலகட்டத்து அரசியல் காரணங்களினாலும் சமூகக் காரணங்களினாலும் நாட்டுப்புறவியல் ஆய்வுகளில் மாற்றம் ஏற்பட்டது.

இச்சூழலில் திராவிட முன்னேற்றக்கழகம் தோற்கடிக்கப்பட்டு அண்ணா திராவிட முன்னேற்றக்கழகம் ஆட்சியில் அமர்ந்தது. ஆட்சி மாற்றத்தின் காரணமாகவும், அக்காலகட்டத்தில் மேலெழும்பிய தலித் மக்களின் எழுச்சி காரணமாகவும் இதற்கு முன்னர் கட்டமைக்கப்பட்ட தமிழர் பண்பாடு, தமிழ்த்தேசியம் போன்ற கருத்துக்கள் கேள்விக்குள்ளாக்கப்பட்டன. தமிழர் யார்? தமிழர் பண்பாடு எது? தமிழரின் அடையாளம் எது? போன்ற கேள்விகள் எழுந்தன. நாட்டுப்புற இலக்கியங்களின் வழியிலான தமிழ்ச்சமூகத்தின் அடித்தள மக்களின் பண்பாட்டு அடையாளங் கள் முன்வைக்கப்பட்டன.

மறுபுறம் முதலாளித்துவச் சமூகத்தின் தாராளமயமாக்கல், உலகமயமாக்கல் போன்ற கொள்கைகளின் காரணமாக ஏற்பட்ட பண்பாட்டுச் சீரழிவின் காரணமாகவும் ஒவ்வொரு இனமும்

தன்னுடைய பண்பாட்டு அடையாளம் பற்றியத் தேடலைத் தொடங்கியது. இப்பண்பாட்டுத் தேடலின் காரணமாக நாட்டுப் புறவியல் ஆய்வுகள் பல நிலைகளில் வளர்ச்சி அடைந்தன.

நாட்டுப்புறவியல் துறை ஆய்வுகளின் சமூகவியல்

நாட்டுப்புறவியல் ஆய்வுகளின் வளர்ச்சியின் காரணமாக 1980களுக்குப் பிறகு தமிழகத்தில் நாட்டுப்புறவியல் துறை அங்கீக ரிக்கப்பட்டது. அவ்வாறு நாட்டுப்புறவியல் துறையை அங்கீகரிப் பதற்கு அக்காலகட்டத்துச் சமூகச் சூழலும் ஒரு காரணமாகும்.

1980 காலகட்டங்களில் சாதிச்சங்கங்கள், இந்து சமயம் சார்ந்த இயக்கங்கள், பின்நவீனத்துவச் சிந்தனைகள், உலகமயமாதல் தொடர்பான சிந்தனைகள் ஆகியவற்றின் தாக்கத்தின் காரணமாக நாட்டுப்புறவியல் ஆய்வுகளின் போக்கில் பல மாற்றங்கள் ஏற்பட்டன.

அ.'இந்து' பண்பாடும் நாட்டுப்புறவியல் ஆய்வுகளும்

1980களில் இராஷ்டிரிய ஸ்வயம் சேவக், விஸ்வ ஹிந்து பரிஷத் போன்ற இந்துத்துவ இயக்கங்களின் செயல்பாடுகள் வேகப்பட்டன. இதன் காரணமாக 'இந்துப் பண்பாடு' என்ற ஒற்றைப் பண்பாட்டு முறை பற்றிய விவாதங்கள் முன்வைக்கப்பட்டுத் தீவிரப் படுத்தப்பட்டன. இதில் 'இந்து' 'இந்துப் பண்பாடு' என்பது, இந்தியாவில் உள்ள அனைவரும் இந்துக்கள் என்றும் அவர்களின் மதம் இந்து மதம் என்றும் அவர்களின் பண்பாடு 'இந்துப் பண்பாடு' என்ற கருத்துக்கள் முன்வைத்து உருவாக்கப் பட்டதாகும். இதன்மூலம் வலுவிழந்து போன பிராமணியம் மீண்டும் வலுப்பெறத் தொடங்கியது. அவ்வாறு இந்துப் பண்பாடு என்ற ஒற்றைப் பண்பாட்டைத் தூக்கி நிறுத்த நாட்டுப்புறச் சமய வழிபாட்டு முறைகளையும், ஆய்வுகளையும், இந்துத்துவ இயக்கத்தினர் பயன்படுத்திக்கொண்டனர்.

இது தொடர்பான இ.முத்தையா அவர்களின் கீழ்க்கண்ட கருத்து கவனத்திற்கொள்ளத்தக்கது. "பிராமணிய சமய மரபுகளையும், நாட்டுப்புறச் சமய மரபுகளையும் ஏற்றுக் கொண்ட பன்மை வாதிகள், பிராமணிய சமய மரபுகளுக்கும், நாட்டுப்புறச் சமய மரபுகளுக்கும் இடையிலான பரஸ்பர உறவுகளை இயல்பானவைகளாகக் காட்டினார்கள். நாட்டுப்புறச் சமயம்சார் தெய்வங்களும், சில வழிபாட்டு முறைகளும் பிராமணிய சமயம் சார்ந்தவையாக மாற்றப்படுவதைச் சமஸ்கிருதமயமாக்கம் என்ற கருத்தாக்கத்தின் மூலம் விளக்கினர். பிராமணிய சமயம் என்ற

உயர்ந்த சமயத்தை நோக்கியே நாட்டுப்புறச் சமய மரபுகள் நகர்கின்றன என்று விளக்குவதின் மூலம் பிராமணிய சமய மரபுகளை உயர்வானவையாகக் கட்டமைத்ததோடு அவற்றில் நாட்டுப்புறச் சமய ஆய்வு என்ற பெயரில் பிராமணிய சமயத்திற்கு வலிமை சேர்த்தனர்" என்கிறார் (இ.முத்தையா, 2002, ப.46)

ஆ. சாதிய, தலித்தியப் பண்பாடுகளும் நாட்டுப்புறவியல் ஆய்வுகளும்

பிராமணியச் சார்பின்மையை ஏற்றுக்கொள்ளாதவர்களும், தலித் இயக்கத்தினரும் நாட்டுப்புறச் சமயத்தின் பண்பாட்டுப் பன்மையை ஏற்றுக்கொண்டனர். அக்காலகட்டத்தில் உருவான சாதிச் சங்கங்களும், சாதிக்கட்சிகளும், தங்களது சாதியப் பண் பாட்டை மீட்டுருவாக்கம் செய்யத் தொடங்கின. அதற்கு நாட்டுப்புறவியல் ஆய்வுகளைப் பயன்படுத்தின.

மேலும் அக்காலகட்டத்தில் ஏற்பட்ட கல்வி வளர்ச்சியின் காரணமாகப் பிற்படுத்தப்பட்டோர், மிகவும் பிற்படுத்தப்பட்டோர், தாழ்த்தப்பட்டவர்கள் கல்வி நிலையங்களில் ஆய்வு செய்யத் தொடங்கினர்.இதற்கு முன்னர் கல்வி நிலையங்களில், தமிழியல் துறைகளில் உயர்த்தப்பட்ட சாதியரே இருந்தனர். ஆகவே அவர்கள் அவர்களின் கருத்தியல் நிலைப்பாட்டில் சங்க இலக்கியம், போன்ற கலை–இலக்கியங்களை ஆய்வு செய்தனர்.

இதன் காரணமாகக் கல்வி நிலையங்களில் ஆய்வு செய்ய வந்த மற்ற பிரிவினர் தங்களுக்கான வரலாறு எது? பண்பாட்டு அடையாளங்கள் எவை? அவற்றிற்கான ஆதாரங்கள் எவை? என்ற கேள்விகளை எழுப்பத் தொடங்கினார்கள். இக்கேள்வி களுக்கான பதில்கள் நாட்டுப்புற வழக்காறுகளில் இருப்பதை அறிந்தனர். அதன் மூலம் தங்களது வரலாற்றைக் கட்டமைப்பதற்கு நாட்டுப்புறவியல் ஆய்வுகளில் அதிக அளவில் ஈடுபட்டனர்.

இ. பின்நவீனத்துவச் சிந்தனைகளும் நாட்டுப்புறவியல் ஆய்வுகளும்

பின் நவீனத்துவச் சிந்தனைகள், பண்பாட்டுப் பன்மையை முன்வைத்தன. இவ்வாறான பண்பாட்டுப் பன்மை பற்றிய ஆய்வுத் தேடலுக்கு நாட்டுப்புறவியல் ஆய்வுகளே அதிகம் பயன்படுத்தப் பட்டன. பின்நவீனத்துவத்தின் காரணமாக வெளிவந்த இதழ்களும் நாட்டுப்புறவியல் ஆய்வுகளை ஊக்கப்படுத்தின. இவ்வாறு சாதிச்சங்கங்களும், நாட்டுப்புறவியல் ஆய்வுகளும், பின் நவீனத்துவ ஆய்வுகளும் பண்பாட்டுப் பன்மையைத் தூக்கிப் பிடித்தன.

இத்தகைய சூழலில் இந்தியாவில் நுழைந்த உலகமயமாக்கல், நாட்டுப்புறவியல் ஆய்வுகளை மற்றொரு நிலைக்கு எடுத்துச் சென்றது.

உலகமயமாக்கச் சூழலும் நாட்டுப்புறவியல் ஆய்வுகளும்

முதலாளித்துவ நாடுகள் இந்தியாவில் முதலீடு செய்வதற்கு, இந்தியப் பண்பாட்டைப் பற்றிப் புரிந்துகொள்ள வேண்டிய அவசியம் ஏற்பட்டது. அவ்வாறு பண்பாட்டைப் பற்றித் தெரிந்துகொள்வதின் மூலம் தங்களது பொருளாதார உற்பத்தியைப் பெருக்க முடியும் என்று நம்பினர். அதோடில்லாமல் உலகம் முழுவதுமான ஒற்றைப் பண்பாட்டை உருவாக்குவதற்கு இந்திய மக்களின் உணர்வுகளைப் புரிந்துகொள்வதற்கும் நாட்டுப்புறவியல் ஆய்வுகளைப் பயன்படுத்தினர்.

இவ்வாறு முதலாளித்துவ நாடுகள் இந்திய நாட்டுப்புறவியல் ஆய்வுகளில் விருப்பம் காட்டுவது பற்றி இ.முத்தையா அவர்கள் பின்வருமாறு கூறுகிறார். "நாட்டுப்புற ஆய்வுகளின் மூலம் மக்களின் பொருள்சார் பண்பாட்டு நடவடிக்கைகளை அறிந்து கொண்டு அதனடிப்படையில் தங்களுடைய வணிகச் செயல்பாடு களை அமைத்துக் கொண்டன" என்கிறார். (இ.முத்தையா, 2002, ப.44)

முதலாளித்துவ நாடுகள் தொழில் உற்பத்தியைப் பெருக்குவதற்கு மட்டுமல்லாமல் இந்தியப் பண்பாட்டுத் தளத்தில் ஏற்பட்ட சாதி சமய மோதல்கள் பற்றித் தெரிந்துகொள்வதற்காகவும் நாட்டுப் புறவியல் ஆய்வுகளில் ஆர்வம் காட்டின.

இதன் காரணமாக நாட்டுப்புறவியல் ஆய்வுகளை மேற்கொள் வதற்காக நிறுவனங்களை உருவாக்கி நிதியுதவியின் மூலம் நாட்டுப்புறவியல் ஆய்வுகளை மேற்கொள்ளச் செய்தனர். இதன் மூலம் மக்களின் மன உணர்வுகள் முரண்பாடுகள், மோதல்கள், குழப்பங்கள் போன்றவற்றை அறிந்துகொள்ள விரும்பினர்.

இதில் தமிழக அளவில் ஜெர்மன், பிரான்ஸ், அமெரிக்கா போன்ற நாடுகளின் நிதி நிறுவனங்கள் அதிக அளவில் செயல் பட்டன.

மதுரை காமராசர் பல்கலைக்கழக நாட்டுப்புறவியல் துறை உருவாக்கம்

இத்தகைய சூழலில் தமிழியற்புலத்தோடு இணைந்திருந்த நாட்டுப்புறவியல்துறை 1992இல் தமிழ்த்துறையிலிருந்து பிரிந்து தனித்துறையாக உருவாகியது.

தனித்துறையாக நாட்டுப்புறவியல் துறை செயல்படத் தொடங்கிய போது சரசுவதி வேணுகோபால் அவர்கள் துறைத் தலைவராகச் செயல்பட்டார். இ. முத்தையா அவர்கள் இணைப்பேராசிரியராகப் பணியாற்றினார்.

இக்காலகட்டத்தில் 1998இல் போர்டு நிதி நிறுவனத்தின் நிதியுதவி "நாட்டுப்புறக் கைவினைக் கலைகள் மற்றும் பாலினம்" என்ற ஆய்வுத்திட்டத்திற்குக் கிடைத்தது. இந்நிதி உதவியைப் பயன்படுத்தி நாட்டுப்புறவியல் துறையில் ஒரு சிறு ஆவணக் காப்பகம் உருவாக்கப்பட்டது. அதோடு நாட்டுப்புறவியல் கள ஆய்விற்குத் தேவையான முக்கியமான கருவிகளும் வாங்கப்பட்டு நாட்டுப்புறவியல் துறை நவீனப்படுத்தப்பட்டது. மேலும் கள ஆய்விற்குச் செல்வதற்காக வாகனம் (van) ஒன்றும் வாங்கப்பட்டது.

இவ்வாய்வுத்திட்டம் 2001இல் நிறைவு பெற்றது. பின்னர் இத்திட்ட இயக்குநரின் வேண்டுதலின் பேரில் 2001 டிசம்பர் வரை ஆய்வுத்திட்டத்தின் நிதியுதவியைப் பயன்படுத்திக் கொள்ளலாம் என்று அனுமதி வழங்கப்பட்டது.

இவ்வாறு நிதி நிறுவனங்களினால் மேற்கொள்ளப்படும் ஆய்வுத்திட்டத்திங்களில் பணிமனைகள் (Workshop) நடத்தப் பட்டன. இப்பணிமனைகள் வெளிநாட்டு ஆய்வாளர்களைக் கொண்டு நடத்தப்பட்டன. அவ்வெளிநாட்டு ஆய்வாளர்கள் தங்கள் நாட்டின் ஆய்வு முறைகளையும் கோட்பாடுகளையும் பணிக்களங்கள் மூலம் அறிமுகப்படுத்தினார்கள்.

வெளிநாட்டவர்கள் அவர்களின் கோட்பாடுகளையும் ஆய்வு முறைகளையும் அறிமுகம் செய்தலின் அரசியல் முக்கியமாகக் கவனிக்கத்தக்கது. இவர்களின் அரசியல் மிகவும் நுட்பமானதும் கூட. இத்தகைய அரசியல் தன்மையுடைய வெளிநாட்டவரின் ஆய்வுமுறைகள் பற்றியும், கோட்பாடுகள் பற்றியும் இ.முத்தையா அவர்கள் பின்வருமாறு கூறுகிறார். "கோட்பாட்டுப் பார்வை, அறிவியல் அடிப்படையிலான அறிவுபூர்வமான ஆய்வு, ஒரு நிலை ஆய்வு, நாட்டுப்புற வழக்காறுகளின் அமைப்பு மாதிரிகளைப் புரிந்துகொள்ளுதல், ஆகிய ஆய்வு சார்ந்த அணுகுமுறைகளை இந்திய ஆய்வாளர்களிடம் புகுத்துவதன் வாயிலாகவும் வலியுறுத்துவதன் வாயிலாகவும் நாட்டுப்புறவியல் ஆய்வுகளைப் பல்கலைக்கழகங்கள் கல்லூரிகள் கல்வி நிலையத் தூண்களில் கட்டிப் போடுவதற்கு வழி காட்டினார்கள். ஆய்வு ஆய்வுக்காகவே என்ற கருத்தை வலியுறுத்தியதோடு, ஆய்வு பணத்திற்காகவும் என்ற புதிய பாதையைச் சுட்டிக் காட்டவும் செய்தார்கள். மக்களின் வாழ்க்கையோடு மன அமைப்புகளோடு, அடையாளக் கட்ட மைப்புக்களோடு மிக நெருக்கமான உறவுடைய நாட்டுப்புற

வழக்காறுகளைப் பற்றிய ஆய்வுகள் மக்களை விழிப்புணர்வு கொள்ளச் செய்வதற்கானவையாக மாறிவிடாமல் தங்களுடைய ஆய்வு முறைகள் மூலம் தடுத்தார்கள்" என்று கூறுகிறார் *(இ.முத்தையா, 2004, ப.47)*

இ.முத்தையா அவர்கள் குறிப்பிட்டது போல் வெளி நாட்டவரின் ஆய்வு முறைகளும் கோட்பாடுகளும் நாட்டுப்புறவியல் கல்லூரிகளிலும், பல்கலைக்கழகங்களிலும் கட்டிப் போடும் செயலை மேற்கொண்டுள்ளதை அறிய முடிகிறது.

இத்தகைய சூழலில் மதுரை காமராசர் பல்கலைக்கழகத்தில், 2001இல் நாட்டுப்புறவியல் துறையில் முதுகலைப்பட்டப்படிப்புத் தொடங்கப்பட்டது. அதனைத் தொடர்ந்து 2003ஆம் ஆண்டு நாட்டுப்புறவியல் துறையில் ஆய்வு நிறைஞர் பட்டப்படிப்புத் தொடங்கப்பட்டது. நாட்டுப்புறவியில் துறையில் முதுகலை, ஆய்வு நிறைஞர், முனைவர் பட்டப்படிப்புகளும் தொடர்ந்து செயல்பட்டு வருகின்றன.

மேலும் தமிழகத்தில், மதுரை காமராசர் பல்கலைக்கழகத்தோடு, தமிழ்ப் பல்கலைக்கழகத்திலும், தூய சவேரியர் கல்லூரியிலும் நாட்டுப்புறவியல் துறைகள் தனித்துறைகளாகச் செயல்பட்டு வருகின்றன.

நாட்டுப்புறவியல் ஆய்வுப் போக்குகள்

சாதிச் சங்கங்களின் சாதிப் பண்பாடு மீட்டுருவாக்கத்திற்கும், பின்நவீனத்துவச் சிந்தனைகளின் பண்பாட்டு பன்மைக்கும் மற்றும் அடித்தள மக்களின் எழுச்சி, தலித் மக்களின் எழுச்சி, பெண்ணிய சிந்தனைகள் ஆகியவற்றிற்கும் நாட்டுப்புறவியல் ஆய்வுகள் உறுதுணையாக இருக்கின்றன. இதன் காரணமாக நாட்டுப்புறவியல் ஆய்வுகள் முக்கிய இடத்தைப் பெற்றுள்ளன. ஆனால் வேலை வாய்ப்பின் காரணமாக நாட்டுப்புறவியல் கல்வி என்பது சற்றுப் பின்தங்கியே உள்ளது.

மதுரை காமராசர் பல்கலைக்கழகம், தமிழியற்புலம், நாட்டுப் புறவியல் துறை ஆகியவற்றின் உருவாக்கத்திற்கென சமூகப் பொருளாதார அரசியல் வரலாறு உள்ளது என்பதை அறிந்து கொள்ள முடிகிறது.

தொடக்கத்தில் நாட்டுப்புறவியல் ஆய்வுகள், சேகரிப்பு களாகவும், தொகுப்புகளாகவும், இருந்தன. பின்னர் இலக்கியங் களோடு ஒப்பிட்டுப் பார்க்கும் இரசனைமுறை ஆய்வுகள் நடைபெற்றன. இன்றைய நிலையின் மாற்றங்களுக்கு ஏற்ப பெண்ணியம், தலித்தியம், பின்நவீனத்துவம் ஆகிய கோட்பாடு

களைக் கொண்டு நாட்டுப்புறவியல் ஆய்வுகள் மேற்கொள்ளப் படுகின்றன.

நாட்டுப்புற வழக்காறுகள் சூழ்நிலைக்கு ஏற்ப எவ்வாறு தம்மைத் தகவமைத்துக் கொள்கின்றனவோ, அதைப் போலவே நாட்டுப்புறவியல் ஆய்வுகளும் சமூக மாற்றங்களுக்கேற்ப சிந்தனை முறைகளை உள்வாங்கிக் கொண்டு மாறிக்கொண்டே இருக்கின்றன.

மேலும், இன்றைய உலகமயமாக்கச் சூழலில் எல்லாவற்றையும் பண்டமாகப் பார்க்கும் நிலை ஏற்பட்டு உள்ளது. நாட்டுப்புறவியல் ஆய்வுகளும், பண்டமாக மாறிக்கொண்டிருக்கின்றன. மறுபுறம் ஒடுக்கப்பட்ட மக்களின் குரல்களாக, நாட்டுப்புறவியல் ஆய்வுகள் பதிவு செய்யப்படுகின்றன.

இவ்வாறு இருவேறு நிலைகளுக்கும் நாட்டுப்புறவியல் ஆய்வுகளே மிகுதியாகப் பயன்படுத்தப்படுகின்றன. இதன் காரணமாக உலகமயமாக்கச் சூழலில் நாட்டுப்புறவியல் ஆய்வுகளுக்கென்று தனி மதிப்புகள் கூடியுள்ளன.

ஆயினும் நாட்டுப்புறவியல் ஆய்வுகளை ஒடுக்கப்பட்ட மக்களின் குரலாகப் பதிவு செய்வதும் பண்டங்களாக மாற்றுவது என்பதும், ஆய்வாளர்களின் கருத்தியலைப் பொறுத்தே அமையும் என்ற முடிவுக்கு வர முடிகின்றது.

நாட்டுப்புறவியல் ஆய்வுகளை வகைப்படுத்தும் முறை

*1970*களுக்குப் பிறகு சமூகச் சூழலில் ஏற்பட்ட மாற்றங்களின் காரணமாக நாட்டுப்புறவியல் ஆய்வுகளும் விரிவடைந்தன. நாட்டுப்புறவியலின் அனைத்துக் கூறுகளிலும் ஆய்வுகள் மேற்கொள்ளப்பட்டன. அதன் காரணமாக நாட்டுப்புறவியல் ஆய்வுகளை வகைப்படுத்துவது என்பது மிகவும் அவசியமான ஒன்றாகும். ஆகவே இவ்வியலில் வகைப்பாடு பற்றியும் நாட்டுப் புறவியல் ஆய்வுகளை வகைப்படுத்துதல் பற்றியும், வகைப்படுத்தலில் ஏற்படும் பிரச்சினைகள் பற்றியும் அவற்றிற்கான காரணங்கள் பற்றியும் விவாதிக்கப்படுகின்றன.

வகைப்பாடு

வகைப்படுத்துதல் என்பது ஒன்றை மற்றொன்றோடு ஒப்பிட்டும், வேறுபடுத்தியும் பார்க்கும் பார்வை ஆகும். புறநிலை வேறுபாடும், அகநிலை வேறுபாடும் தான் வகைப்படுத்தலுக்கான முக்கிய காரணங்கள் ஆகும்.

முதலில் மனிதர்கள் தன்னிலிருந்து மற்றவற்றை வேறுபடுத்திப் பார்க்கத் தொடங்கினார்கள். அவ்வாறு வேறுபடுத்திப் பார்ப்பதின் மூலம் மனிதர்கள் தங்களுக்கும் மற்றவற்றிற்குமான உறவை

ஏற்படுத்திக்கொள்கிறார்கள். இவ்வாறு மனிதர்கள் தன்னிலிருந்து மற்றவற்றை வேறுபடுத்திப் பார்ப்பதிலிருந்து வகைப்படுத்துதல் என்பது தொடங்கியது எனலாம். இத்தன்மை தான் கல்விப்புலத்திலும் பிரதிபலித்தது எனலாம்.

எந்தவொரு கல்விப் புலத்திலும் ஆய்வுத்துறையிலும் வகைப்பாடு என்பது மிகவும் முக்கியமான ஒன்றாகும். இதனடிப் படையில் நாட்டுப்புறவியல் ஆய்வுகளை நோக்கும் பொழுது அவற்றை வகைப்படுத்துதல் என்பது மிகவும் அவசியமான ஒன்றாகும்.

நாட்டுப்புறவியல் ஆய்வுகளை வகைப்படுத்துவதற்கான காரணங்கள்

நாட்டுப்புறவியல் துறையின் தொடக்க கால ஆய்வுகள், காலநிலைக்கு ஏற்ப அவற்றில் ஏற்பட்டுள்ள மாற்றங்கள் குறிப் பிட்ட வருடங்களில் குறிப்பிட்ட வழக்காறுகளில் குறிப்பிடத்தகுந்த அளவில் ஆய்வு செய்திருப்பதற்கான காரணங்கள், பல்கலைக்கழகங் களில் நாட்டுப்புறவியல் ஆய்வுகளை மேற்கொள்வதற்கான காரணங்கள் அவற்றிற்கான சமூக அரசியல் பொருளாதாரக் காரணங்கள் இவை பற்றியெல்லாம் அறிந்துகொள்வதற்கு நாட்டுப் புறவியல் ஆய்வுகளின் வகைப்பாடு என்பது மிக அவசியமாகிறது.

மேலும் நாட்டுப்புறவியல் ஆய்வு என்பது பண்பாட்டு ஆய்வு ஆகும். இவ்வாய்வுகளை மேற்கொள்ளும் ஆய்வாளர்களின் சிந்தனைகள், அவர்களின் பின்புலங்கள், அதோடில்லாமல் ஆய்வுகளை நெறிப்படுத்தும் ஆசிரியர்கள் அவர்களின் புலமைகள், விருப்பங்கள், அதற்கானச் சமூகச் சூழல்கள் இவையெல்லா வற்றையும் அறிந்துகொள்ள வேண்டிய தேவையும் உள்ளது. ஏனெனில் இன்றைய காலகட்டங்களில் எதையும் தனிமைப்படுத்தி பார்க்க முடியாது. தனிமனிதர்கள் சமூகத்தினால் தீர்மானிக்கப் படுகிறவர்களாகிறார்கள். இத்தகைய சூழலில்தான் ஆசிரியர், ஆய்வாளர் என்ற இருவரின் சிந்தனைகளும் உருவாகின்றன. அவை நாட்டுப்புற ஆய்வுகளில் பிரதிபலிக்கின்றன.

மேலும் இன்றைய நிலையில் எல்லாத் துறைகளிலும் ஆய்வுகளைத் தொகுத்து வெளியிடும் போக்கு ஒன்றும் உள்ளது. இம்மாதிரியான சூழல்களும் ஆய்வுகளைத் தொகுக்க வேண்டும் என்ற சிந்தனைகளைத் தூண்டுகின்றனவாக உள்ளன. ஆகவே வகைப்படுத்தலும் அவசியமான சிந்தனையாகிறது.

நாட்டுப்புறவியல் ஆய்வுகளை வகைப்படுத்துதல் என்பது நாட்டுப்புறவியல் ஆய்வுகளின் வரலாற்றை அறிந்து கொண்டு அதற்கடுத்த நிலைக்கு அவற்றைக் கொண்டு செல்லுதற்கும், சமூகச்

சூழல்கள் நாட்டுப்புற ஆய்வுகளை எவ்வாறு பாதித்துள்ளன என்பதை அறிந்துகொள்வதற்கும் பயன்படுகின்றன. நாட்டுப் புறவியலில் வகைபடுத்துதல் என்பதைப் பற்றி சு.சக்திவேல் அவர்கள் பின்வருமாறு கூறுகிறார். "எந்தவொரு அறிவியல் ஆய்விலும் சேகரித்தலும், வகைப்படுத்தலும் ஆய்வு செய்தலும் முக்கிய ஆய்வு நெறிமுறையாகக் கருதப்படுகின்றன. வகைப் படுத்துதல் என்பது ஒரே மாதிரியாக இருப்பனவற்றை இனங் கண்டு, வகைப்படுத்தலாகும். வகைப்படுத்துதல் எவ்வளவுக்கெவ் வளவு நுணுக்கமாகவும், செம்மையாகவும் அமைகிறதோ, அவ்வளவுக்கவ்வளவு ஆய்வுகள் நுணுக்கமாக அமையும் என்பதில் ஐயமில்லை" என்கிறார். (சு.சக்திவேல், 1983, ப.33).

சு.சக்திவேல் அவர்களின் கருத்திலிருந்து நாட்டுப்புறவியல் ஆய்வுகளை வகைப்படுத்துதலுக்கான காரணம் பற்றியும், அவற்றின் முக்கியத்துவம் பற்றியும் அறிந்துகொள்ளலாம்.

நாட்டுப்புறவியல் ஆய்வுகளை வகைப்படுத்தும் முறைகள்

நாட்டுப்புறவியல் ஆய்வுகளை வகைப்படுத்துதல் என்பதில் சில சிக்கல்கள் இருக்கின்றன. பிற சமூகவியல் துறை ஆய்வுகளை வகைப்படுத்துதலிலிருந்து நாட்டுப்புறவியல் ஆய்வுகளை வகைப்படுத்தும் முறை வேறுபடுகிறது. நாட்டுப்புறவியல் ஆய்வுகளைச் சில கூறுகளை அடிப்படைகளாகக் கொண்டு வகைப்படுத்த முயற்சிக்கலாம். அவை முறையே,

1. அணுகுமுறை
2. வட்டாரம்
3. சமூகம்
4. நாட்டுப்புற வழக்காறுகள்

ஆகியவை ஆகும்.

1. அணுகுமுறை

1970–90 வரையிலான நாட்டுப்புறவியல் ஆய்வுகளில் மிகக் குறைந்த அளவில்தான் அணுகுமுறைகள் பயன்படுத்தப்பட்டுள்ளன. அவ்வாறிருக்கையில் அணுகுமுறைகளை அடிப்படையாகக் கொண்டு வகைப்படுத்துதல் என்பது இயலாத ஒன்றாகும்.

மேலும் 'திருநெல்வேலி மாவட்ட நாட்டுப்புறச் சிறுவர் பாடல்கள் ஒரு பகுப்பாய்வு' என்ற ஆய்வில் பகுப்பாய்வு அணுகுமுறை பயன்படுத்தப்பட்டுள்ளது. இவ்வாய்வில் பகுப்பாய்வு அணுகுமுறை பயன்படுத்தப்பட்டுள்ளது என்பதைவிட இவ்வாய் வில் நாட்டுப்புறச் சிறுவர் பாடல்கள் என்ற வழக்காற்று வகைமை மிக முக்கியத்துவம் வாய்ந்ததாகும். நாட்டுப்புற வழக்காற்று

வகைமைகள் என்ற ஒன்று இல்லாமல் அணுகுமுறைகள் என்பதை ஆய்வுகளில் பயன்படுத்த முடியாது. மேலும் நாட்டுப்புறவியல் ஆய்வுகளை அணுகுமுறைகள் அடிப்படையில் வகைப்படுத்துதல் என்பது வகைப்பாட்டிற்கும் பொருந்தாத ஒன்றாக உள்ளது.

மேலே குறிப்பிடப்பட்டுள்ளவற்றை நோக்கும் பொழுது, அணுகுமுறைகளை அடிப்படையாகக் கொண்டு நாட்டுப்புறவியல் ஆய்வுகளை வகைப்படுத்துதல் என்பது இயலாது என்பது புலனாகிறது.

2. வட்டாரம்

வட்டாரங்களை அடிப்படையாகக்கொண்டு நாட்டுப்புறவியல் ஆய்வுகள் அதிக அளவில் மேற்கொள்ளப்படுகின்றன. இதற்கு ஆய்வாளர்களின் வட்டாரப் பற்றும் ஒரு காரணமாக இருக்கலாம். மேலும் தனது வட்டாரத்தை ஆய்வுக்காக எடுத்துக்கொள்ளும் பொழுது ஆய்வாளருக்குத் தகவல் சேகரிப்பது என்பது சற்றுச் சுலபமாகவே அமையும். வட்டாரம் பற்றியத் தெளிவு ஆய்வாளருக்கு இருக்கும். இதன் காரணமாகவே நாட்டுப்புறவியல் ஆய்வுகளில் வட்டார ஆய்வுகள் அதிகமாகக் காணப்படுகின்றன. எடுத்துக் காட்டாக 'கீழப்பாவூர் வட்டார நாட்டுப்புறப் பாடல்கள் ஓர் ஆய்வு' என்ற ஆய்வை எடுத்துக்கொள்ளலாம்.

இதில் கீழப்பாவூர் வட்டார நாட்டுப்புறப் பாடல்கள், மற்ற வட்டாரங்களில் இல்லை என்று கூற முடியாது. அதேபோல் அவ்வட்டார மக்கள் அனைவரும் அங்கு பிறந்து வளர்ந்தவர்கள் என்றும் கூற முடியாது. மேலும் அவ்வட்டாரங்களில் பாடப் படும் நாட்டுப்புறப் பாடல்கள், அவ்வட்டார மக்களால் மட்டுமே உருவாக்கப்பட்டன என்றும் கூற முடியாது. கீழப்பாவூர் வட்டாரத்தில் காணப்படும் நாட்டுப்புறப் பாடல்கள் மற்ற வட்டார நாட்டுப்புறப்பாடல்களின் திரிபு வடிவங்களாகவும் இருக்கலாம். கீழப்பாவூர் வட்டாரத்திலுள்ள மக்கள் மற்ற வட்டாரங்களிலிருந்து வந்து குடியமர்ந்தவர்களாகவும் இருக்கலாம்.

எனவே இட எல்லையை அடிப்படையாகக் கொண்டு மக்களின் பண்பாட்டு எல்லையை வரையறை செய்வது இன்றைய காலகட்டத்தில் இயலாது. இட எல்லை என்பது வேறு, பண்பாட்டு எல்லை என்பது வேறு.

இட எல்லை பற்றியும், பண்பாட்டு எல்லை பற்றியும் ஞா.ஸ்டீபன் அவர்களின் கருத்திலிருந்து விளங்கிக் கொள்ளலாம். "நிலவியல் எல்லை என்பது அதிகாரம் சார்ந்த ஒன்று. நிலவியல் எல்லையும் பண்பாட்டு நிலைக்களங்களும் ஒன்று அல்ல. பண்பாட்டு எல்லை என்பது குறிப்பிட்ட பண்பாட்டு மரபுகளைப்

பின்பற்றும் குழு பரவிக்கிடக்கும் நிலவியல் பகுதியைக் குறிப்பதாகும். ஆனால் நிலவியல் எல்லை என்பது இயற்கை எல்லைகளால் அல்லது அரசியல் அதிகார வரம்புகளால் தீர்மானிக்கப்படுவதாகும். இத்தகைய நிலவியல் எல்லைகளைக் கொண்டு குழுக்களை வரையறுக்க இயலாது. ஏனெனில் குழுக்களின் பரவல் அரசியல் அதிகார வரம்புகளால் தீர்மானிக்கப்படுவதாகும். ஆயின் ஒரு சமுதாயத்தில் காணப்படும் பண்பாட்டு எல்லைகளை அரசியல் சார்ந்த நிலவியல் எல்லைகளின் அடிப்படையில் பிரித்துப் பார்ப்பது பொருத்தமற்றதாக அமையும்" என்கிறார் (ஞா.ஸ்டீபன், 1999, ப.33)

ஞா.ஸ்டீபன் அவர்கள் குறிப்பிட்டுள்ளது போல் பண்பாட்டு எல்லைகளை நில எல்லைகளோடு வைத்துப் பார்ப்பது என்பது பொருத்தமற்றதாகும்.

மேலும் நாட்டுப்புறவியல் ஆய்வுகள் பண்பாட்டு ஆய்வுகள் ஆகும். எனவே வட்டாரத்தை அடிப்படையாகக் கொண்டு நாட்டுப்புறவியல் ஆய்வுகளை வகைப்படுத்துவதில் இடர்பாடுகள் உண்டு.

3. சமூகம்

இங்குச் சமூகம் என்பது ஒவ்வொரு இனத்தையும், அவ்வின மக்களின் குடும்பம், சாதி போன்ற நிறுவனங்களையும், சடங்குகள், நம்பிக்கைகள், பழக்க வழக்கங்கள் ஆகியவற்றையும் குறிப்பதாகும்.

உதாரணமாக 'நாடார் குலமுறைச் சடங்குகள்' என்ற ஆய்வை எடுத்துக்கொள்ளலாம். நாடார் சமூக மக்களின் மற்ற நாட்டுப்புற வழக்காறுகளான பாடல்கள், கதைகள், கதைப்பாடல்கள், நம்பிக்கைகள், பழக்க வழக்கங்கள் பற்றிய ஆய்வுகளை எல்லாம் நாடார் சமூக மக்கள் பற்றிய ஆய்வுகள் என்று வகைப்படுத்த முடியாது. ஏனெனில் நாடார் சமூக மக்களின் சடங்குகளில் அவ்வட்டாரத்திலுள்ள பிற இன மக்களின் சடங்குகளின் கலப்பு இருக்கும் எனவே நாடார் மக்களது வழக்காறுகள் என்றால் அவர்களுக்கு மட்டுமே உரியது என்ற நிலையில் அம்மக்கள் தொடர்பான நாட்டுப்புறவியல் ஆய்வுகளை வகைப்படுத்த இயலாது.

மேலும் தமிழகத்திலுள்ள கிறித்தவ, இசுலாமிய, சமயத்தவர்கள் தங்களது சமயக் கோட்பாட்டில் கூறப்படாத சில நடைமுறைகளைக் கடைப்பிடிக்கின்றனர். கிறித்தவர்களின் நேர்த்திக்கடன் செலுத்துதல், பொங்கல் வைத்தல், அலகு குத்துதல், சப்பரம் இழுத்தல் போன்றவையும் இசுலாமியர்களின் சந்தனக் கூடு திருவிழா, தர்கா

வழிபாடு போன்றவையும் சான்றுகளாகும்.

மேலே குறிப்பிட்டுள்ளவை அச்சமயத்தினரின் சமயக் கோட்பாடுகளில் இல்லை. ஆனால் அவ்வட்டாரத்திலுள்ள பிற இன மக்களின் சடங்குகள், பழக்க வழக்கங்களின் கலப்பு இவர்களிடம் பிரதிபலிப்பதைப் பார்க்கலாம்.

மேலும் மக்கள் அனைவருக்கும் ஒரே பண்பாடு என்ற ஒன்று இல்லை. பொருளாதாரச் சூழல்கள் வழக்காறுகளை உருவாக்கு வதில் மிக முக்கியப் பங்கு வகிக்கின்றன. எனவே ஓர் இனத்தவரின் வழக்காறுகள் எல்லாம் ஒரே மாதிரியான தன்மை உடையவை என்று சொல்லமுடியாது. அவை வட்டாரத்திற்கு வட்டாரம் வேறுபடும்.

மேலே குறிப்பிடப்பட்டுள்ள கலப்புப் பண்பாடு, வட்டாரப் பண்பாடு ஆகியவற்றின் காரணமாக ஒரு சமூக மக்களின் வழக்காறுகளை அடிப்படையாகக்கொண்டு நாட்டுப்புறவியல் ஆய்வுகளை வகைப்படுத்த இயலாது.

4. நாட்டுப்புற வழக்காறுகள்

நாட்டுப்புற வழக்காறுகளின் வகைமைகள், வகைகளை அடிப்படையாக் கொண்டு நாட்டுப்புறவியல் ஆய்வுகளை வகைப்படுத்தலாம்.

நாட்டுப்புற வழக்காறுகளை நாட்டுப்புறவியல் அறிஞர்கள் பல்வேறு நிலைகளில் வகைப்படுத்தி யுள்ளனர். உதாரணமாக,

வில்லியம் பாஸ்கம் வகைப்பாடு,

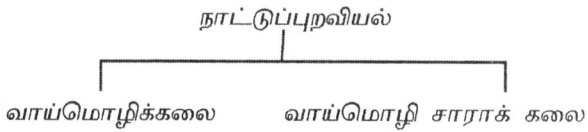

நாட்டுப்புறவியல்

வாய்மொழிக்கலை — வாய்மொழி சாராக் கலை

வில்லியம் பாஸ்கம், நாட்டுப்புற வழக்காறுகளை வாய் மொழிக்கலை, வாய்மொழி சாராக் கலை என வகைப்படுத்தியுள்ளார். இதில் வாய்மொழிக் கலை என்பது நாட்டுப்புற இலக்கியங்களான நாட்டுப்புறப் பாடல்கள், கதைகள், கதைப்பாடல்கள், பழமொழிகள், விடுகதைகள் ஆகியவற்றைக் குறிப்பதாக அமைந்துள்ளது.

வாய்மொழி சாராக்கலை என்பது நாட்டுப்புற நம்பிக்கைகள், பழக்க வழக்கங்கள், சடங்குகள், நிகழ்கலைகள், நாட்டுப்புறச் சமயம், நாட்டுப்புற மருத்துவம், விளையாட்டுக்கள் ஆகியவற்றைக்

குறிப்பதாக அமைந்துள்ளது. இதில் வாய்மொழிக்கலை என்ற பிரிவில் அடங்கியுள்ள நாட்டுப்புறப் பாடல்களை எடுத்துக் கொள்வோம். நாட்டுப்புறப் பாடல்கள் வாய்மொழிக் கலையைச் சார்ந்தது என்ற போதும் வாய்மொழி சாராக் கலைகளில் ஒன்றான சடங்குகளின் போதும், நாட்டுப்புறப் பாடல்கள் பாடப் படுகின்றன. பூப்புச் சடங்குகள், திருமணச் சடங்குகள் ஆகியவற்றில் பாடப்படும் நாட்டுப்புறப் பாடல்கள் வாய்மொழிக் கலை சார்ந்ததா? வாய்மொழிக் கலை சாராததா என்ற கேள்விகள் எழுகின்றன.

மேலும் வில்லியம் பாஸ்கம் அவர்களின் வாய்மொழி சாராக் கலை என்பதில் அடங்கியுள்ள நாட்டுப்புறச் சமயத்தை எடுத்துக் கொள்வோம். இதில் நாட்டுப்புறத் தெய்வ வழிபாடுகளின் போது கும்மிப்பாடல்கள் பாடப்படுகின்றன. வாய்மொழி சாராக் கலைகளில் உள்ள நாட்டுப்புறச் சமயம் என்ற வகைமையில் வாய்மொழிக் கலை சார்ந்த நாட்டுப் புறப்பாடல்கள் பாடப்படு வதால் நாட்டுப்புறச் சமயம் என்பது வாய்மொழிக் கலையைச் சார்ந்ததா? வாய்மொழி சாரா கலை சார்ந்ததா என்ற ஐயம் எழுகிறது. எனவே வில்லியம் பாஸ்கம் அவர்களின் வாய்மொழிக் கலை, வாய்மொழி சாராக் கலை என்ற வகைப்பாடுகளை அடிப்படையாகக் கொண்டு நாட்டுப்புற வழக்காறுகளை வகைப்படுத்துவது என்பதும் இயலாத ஒன்றாகும்.

மேலே குறிப்பிட்டுள்ளபடி, நாட்டுப்புற வழக்காறுகளை வகைப்படுத்துவதில் பல சிக்கல்கள் உள்ளன. நாட்டுப்புற வழக்காறுகளை வகைப்படுத்துவதிலேயே சிக்கல்கள் உள்ளபோது அச்சிக்கல்கள் நாட்டுப்புறவியல் ஆய்வுகளை வகைப்படுத்துதலையும் பாதிக்கும் என்பதில் ஐயமில்லை. நாட்டுப்புறத் தெய்வம் தொடர் பான வழக்காற்றை ஆய்வுத் தலைப்பாக எடுத்துக்கொண்டு ஆய்வு செய்யும் பொழுது அவற்றில் மற்ற வழக்காறுகளான சடங்குகள், தெய்வம் பற்றிய தொன்மக் கதைகள், கதைப் பாடல்கள், கதைகள், கும்மிப்பாடல்கள், வில்லுப்பாட்டுக்கள், கூத்துக்கள், பழக்க வழக்கங்கள், புழங்குப் பொருட்கள், விளையாட்டுக்கள் போன்றவையும் அடங்கும். அவ்வாறு இருக்கும்போது இது நாட்டுப்புற தெய்வம் தொடர்பான ஆய்வு என்று சொல்லும் பொழுது சிக்கல்கள் ஏற்படுகின்றன. இவை நாட்டுப்புற வழக்காறுகளிடையே உள்ள பனுவலிடை உறவைக் குறிக்கின்றன.

மேலும் நாட்டுப்புறத் தெய்வம் பற்றி ஆய்வு செய்யும் ஆய்வாளர், தமது ஆய்வுத் தலைப்பிற்கேற்ப, நாட்டுப்புறத் தெய்வம் தொடர்பான சடங்குகள், வழிபாட்டு முறைகள், பாடல்கள், பற்றியும் ஆய்வு செய்ய வேண்டியுள்ளது. இதில்

அடங்கியுள்ள சடங்குகள், வழிபாட்டு முறைகள், பாடல்கள் ஆகியவை நாட்டுப்புறத் தெய்வத்துடன் தொடர்புடையதாயினும் இங்கு நாட்டுப்புறத் தெய்வம் என்பதே முதன்மையானது ஆகும்.

ஆகவே நாட்டுப்புறத் தெய்வம் என்பதையே ஆய்வாளர்கள் ஆய்வுத் தலைப்பாக எடுத்துக்கொள்கின்றனர். எனவே இங்கு ஆய்வாளர்கள் ஆய்வுத் தலைப்பாக எடுத்துக்கொண்டுள்ள நாட்டுப்புற வழக்காறுகளின் அடிப்படையிலேயே நாட்டுப்புறவியல் ஆய்வுகள் வகைப்படுத்தப்பட்டுள்ளன.

நாட்டுப்புற வழக்காறுகள் ஒன்றோடு ஒன்று தொடர்புடையவையாகும். அவை அம்மக்களின் கூட்டுறவினால் உருவாக்கப் பட்டவையாகும்.

ஆகவே நாட்டுப்புற வழக்காறுகளை வகைப்படுத்துதலின் மூலம் ஓரளவுக்கு நாட்டுப்புறவியல் ஆய்வுகளையும் வகைப் படுத்தலாம். நாட்டுப்புற வழக்காறுகளின் வகைமைகள் அவற்றின் வகைகள் ஆகியவற்றைக் கொண்டு நாட்டுப்புறவியல் ஆய்வுகளை வகைப்படுத்துவதின் மூலம் ஓரளவு முழுமையான வகைப்பாட்டை உருவாக்கலாம்.

நாட்டுப்புற வழக்காறுகளை அடிப்படையாகக் கொண்டு நாட்டுப்புறவியல் ஆய்வுகளை வகைப்படுத்தும் முறை

1. வாய்மொழி இலக்கியம் தொடர்பான ஆய்வுகள்

1.1 நாட்டுப்புறப் பாடல்கள் தொடர்பான ஆய்வுகள்
1.2 நாட்டுப்புறக் கதைகள் தொடர்பான ஆய்வுகள்
1.3 நாட்டுப்புறக் கதைப்பாடல் தொடர்பான ஆய்வுகள்
1.4 தொன்மக்கதைகள் தொடர்பான ஆய்வுகள்
1.5 விடுகதைகள் தொடர்பான ஆய்வுகள்
1.6 பழமொழி தொடர்பான ஆய்வுகள்

2. நாட்டுப்புற நிகழ்கலைகள் பற்றிய ஆய்வுகள்

2.1 நாடகம் (அல்லது) கூத்து பற்றிய ஆய்வுகள்
2.2 நாட்டுப்புற ஆட்டங்கள் தொடர்பான ஆய்வுகள்
2.3 நாட்டுப்புற இசை தொடர்பான ஆய்வுகள்

3. நாட்டுப்புற சமயம் தொடர்பான ஆய்வுகள்

3.1 நாட்டுப்புறத் தெய்வம் தொடர்பான தொன்மக்கதைகள் பற்றிய ஆய்வுகள்
3.2 நாட்டுப்புறத் தெய்வ வழிபாடு தொடர்பான ஆய்வுகள்
3.3 வாழ்க்கைப் பயணச் சடங்குகள் பற்றிய ஆய்வுகள்
3.4 நாட்டுப்புற நம்பிக்கைகள் தொடர்பான ஆய்வுகள்

4. பெயராய்வுகள்
   - 4.1 ஊர்ப்பெயராய்வு பற்றிய ஆய்வுகள்
   - 4.2 மக்கட்பெயர் பற்றிய ஆய்வுகள்
5. நாட்டுப்புற மருத்துவம் தொடர்பான ஆய்வுகள்
6. நாட்டுப்புற விளையாட்டு தொடர்பான ஆய்வுகள்
   - 6.1 அகவெளி விளையாட்டுக்கள் பற்றிய ஆய்வுகள்
   - 6.2 புறவெளி விளையாட்டுக்கள் தொடர்பான ஆய்வுகள்
7. பொருள்சார் பண்பாடு தொடர்பான ஆய்வுகள்
   - 7.1 உணவுப் பண்பாடு பற்றிய ஆய்வுகள்
   - 7.2 ஆடைப்பண்பாடு பற்றிய ஆய்வுகள்
   - 7.3 வீட்டு அமைப்பும் பண்பாடு பற்றிய ஆய்வுகள்
   - 7.4 அணிகலன்களும், பண்பாடும் பற்றிய ஆய்வுகள்
   - 7.5 புழங்கு பொருள் பண்பாடு பற்றிய ஆய்வுகள்
   - 7.6 போக்குவரத்துச் சாதனங்களும் பண்பாடும் பற்றிய ஆய்வுகள்
   - 7.7 விளையாட்டுப் பொருளும் பண்பாடும் தொடர்பான ஆய்வுகள்
8. இனவரைவியல் பற்றிய ஆய்வுகள்
9. பொதுவான ஆய்வுகள்

என நாட்டுப்புற வழக்காறுகளைக் கொண்டு நாட்டுப்புறவியல் ஆய்வுகளை வகைப்படுத்தலாம்.

நாட்டுப்புறவியல் ஆய்வுகளை அணுகுமுறை, வட்டாரம், சமூகம் மற்றும் நாட்டுப்புற வழக்காறுகள் என்ற நான்கு கூறுகளை அடிப்படையாகக் கொண்டு வகைப்படுத்துவதில் நாட்டுப்புற வழக்காறுகளைக் கொண்டு நாட்டுப்புறவியல் ஆய்வுகளை வகைப்படுத்துவது என்பதே வகைப்படுத்துவதில் ஓரளவுக்கு முழுமையானதாக இருக்கும் என்ற முடிவுக்கு வர முடிகிறது.

மதுரை காமராசர் பல்கலைக்கழக

நாட்டுப்புறவியல் ஆய்வுகளால் கட்டமைக்கப்படும் பண்பாட்டு அடையாளங்கள்

பண்பாடு

இயற்கை வெளியில் மனிதர்கள் உழைப்பைச் செலுத்தும்போது உண்டாகும் செயற்கை வெளி பற்றிய மனிதர்கள் தங்கள் அனுபவங்களைக் கொண்டு கருத்துக்களை உருவாக்குகிறார்கள். இக்கருத்துருவாக்கங்கள் பின்னர் பண்பாடாக மாற்றம்பெறுகிறது.

பண்பாடு என்பது கருத்துக்களால் கட்டமைக்கப்படுகின்ற ஒன்றாகும். எனவே பண்பாடு பற்றி பல கருத்தாக்கங்கள் உருவாக்கப்பட்டுள்ளன.

ஒவ்வொரு இனமும் தமது சமூகச் சூழலுக்கு ஏற்பப் பண்பாட்டைக் கட்டமைக்கின்றன. அவ்வாறு கட்டமைக்கப்பட்டப் பண்பாடுகள் பல்வேறுபட்ட சமூகச் சூழல்களின் காரணமாக ஏற்றத்தாழ்வுகளுடன் காணப்படுகின்றன. ஒரு குறிப்பிட்ட மக்களின் பண்பாடு உயர்ந்தது என்றும் மற்ற மக்களின் பண்பாடு தாழ்ந்தவை என்றும் கூறப்படும் நிலை இன்றைய சமுதாயத்தில் காணப்படுகிறது. அது குறித்து மானிடவியலாளரான பக்தவத்சலபாரதி பின்வருமாறு கூறுகிறார். "பண்பாடு என்பது ஒரு குறிப்பிட்ட மக்களோடு அல்லது குழுவோடு தொடர்புடையது. ஒவ்வொரு பண்பாடும் தனக்கே உரிய சிறப்பம்சங்களைக் கொண்டு விளங்குகிறது. அவ்வாறு இருக்கும்போது ஒரு பண்பாட்டை உயர்ந்தது என்றும் மற்றொரு பண்பாட்டைத்

தாழ்ந்தது என்றும் கூற இயலாது. பண்பாடு நாடு சார்ந்ததாகவும், மொழி, இனம், இடம் சார்ந்ததாகவும் உள்ளது. ஆகவே பண்பாடுகளை ஒப்பிட்டு மதிப்பிட முடியாது. அந்தப் பண்பாட்டின் மதிப்புகள், செயல்முறைகள் அந்தப் பண்பாட்டோடு தொடர்புடையன" என பக்தவத்சலபாரதி கூறுகிறார் (பக்தவத்சல பாரதி, 1990, ப.238)

பக்தவத்சலபாரதி அவர்கள் கூறுவது போல உயர்ந்த பண்பாடும் இல்லை, தாழ்ந்த பண்பாடும் இல்லை என்பது ஆய்வாளர்களின் கருத்தியலோடு தொடர்புடையதாகும்.

சில சமூகவியல், மானிடவியல அறிஞர்கள் சமூகத் தளத்தில் நிலவும் உயர்ந்த, தாழ்ந்த பண்பாட்டுக் கட்டமைப்புகளை அப்படியே ஏற்றுக்கொண்டு ஆய்வு செய்கின்றனர். சில சமூகவியல், மானிடவியல் அறிஞர்கள் உயர்ந்த பண்பாடு, தாழ்ந்த பண்பாடு இல்லை என்ற கருத்தை தமது ஆய்வுகளிலிருந்து கட்டமைக்கின்றனர். இவர்களது ஆய்வுகள் சமூகத்தளத்தில் நிலவும் பண்பாட்டு ஏற்றத்தாழ்வுகளைக் கட்டுடைப்பதற்காகவே.

இத்தகைய ஆய்வாளர்களின் கருத்தியல் சார்புகள் நாட்டுப் புறவியல் ஆய்வுகளிலும் பிரதிபலிப்பதைக் காணலாம். அடிப் படையிலேயே மதுரை காமராசர் பல்கலைக்கழக நாட்டுப்புறவியல் ஆய்வுகளால் கட்டமைக்கப்படும் பண்பாட்டு அடையாளங்கள் பற்றி விவாதிக்கப்படுகின்றன.

அதற்கு முன்னர் விடுதலைக்குப் பின்னரான சமூகப் பொருளாதார மாற்றங்களும், அவை பண்பாட்டுத் தளத்திலும், நாட்டுப்புற ஆய்வுகளிலும் எத்தகையத் தாக்கத்தினை ஏற்படுத்தி யுள்ளன என்பது பற்றிப் பார்க்கலாம்.

விடுதலைக்குப் பின்னர் பண்பாட்டு அடையாளக் கட்டமைப்பு

விடுதலைக்குப் பின்னர் இந்தியாவில் சமூக, அரசியல் பொருளாதார நிலையினால் பண்பாட்டு அடையாளக் கட்டமைப்பு பல்வேறு நிலைகளில் நிகழ்ந்துள்ளன. அவற்றைக் காலவரிசைப்படி மூன்று பிரிவுகளாகப் பிரித்து விளக்கலாம். அவை முறையே,

1) 1947–60 வரையிலான சமூக அரசியல் பொருளாதார சூழலும் பண்பாட்டு அடையாளக் கட்டமைப்பும்

2) 1970–80 வரையிலான சமூக அரசியல் பொருளாதார சூழலும் பண்பாட்டு அடையாளக் கட்டமைப்பும்

3) 1980களுக்குப் பிறகான சமூக அரசியல் பொருளாதார சூழலும் பண்பாட்டு அடையாளக் கட்டமைப்பும்

1947-60 வரையிலான சமூக அரசியல், பொருளாதார சூழலும் பண்பாட்டு அடையாளக் கட்டமைப்பும்

1947இல் இந்தியா விடுதலை அடைந்தது. இந்திய விடுதலைக்குப் பிறகு ஆங்கிலேயர்கள் கையில் இருந்த இந்தியப் பொருளாதார நடவடிக்கைகள் இந்திய முதலாளிகளின் கைகளுக்கு மாறின.

இத்தகையப் பொருளாதாரச் சூழலில் 1947இல் காங்கிரஸ் கட்சி ஆட்சி அமைத்தது. இந்திய மாநிலங்கள் அனைத்திலும் காங்கிரஸ் கட்சியே ஆட்சியில் அமர்ந்தது. அதனால் காங்கிரஸ் கட்சியின் ஒற்றை ஆட்சி முறையே நடைமுறையில் இருந்தது.

அக்காலகட்டத்தில் விடுதலைப் போராட்டத்திற்காக முன்வைக்கப்பட்ட இந்திய தேசியம் என்ற கருத்தை முன் வைத்தே காங்கிரஸ் ஆட்சி செய்தது. மேலும் நாட்டுப்பற்று, தேசப்பற்று நாம் அனைவரும் இந்தியர் போன்ற கருத்துக்கள் காங்கிரஸ் ஆட்சியில் கட்டமைக்கப்பட்டன. இவை கலை, இலக்கியங்கள் வழியாக வெளிப்பட்டுக் கொண்டே இருக்கின்றன.

ஜவஹர்லால் நேரு அவர்கள் எழுதிய "University in Diversity" என்ற நூலின் வாயிலாக, வேற்றுமையில் ஒற்றுமை என்ற கருத்துக்கள் முன்மொழியப்பட்டன. அந்நூலின் தாக்கம், அக்காலகட்டத்து படைப்பாளிகளான கல்கி, அகிலன், நா.பார்த்தசாரதி ஆகியோரின் படைப்புகளிலும் பிரதிபலித்தன. இவ்வாறு கலை, இலக்கியங்களின் மூலமும் இந்திய தேசிய பண்பாடு என்ற ஒற்றைப் பண்பாடு நிலை நிறுத்தப்பட்டது. இந்த இந்திய தேசியம், இந்தியன் என்ற கருத்துருவாக்கங்கள், இந்திய முதலாளிகளின் கருத்தாகும். இந்திய முதலாளிகளால் உருவாக்கப்பட்ட இந்தியன், இந்திய தேசியம் என்ற கருத்தே காங்கிரஸ் கட்சியின் கருத்தாக முன்வைக்கப்பட்டது.

இதில் இந்தியன், இந்திய தேசியம் என்ற கருத்துக்களில் முரண்பாடு உண்டு, அதில் ஒன்று காங்கிரஸ் கட்சியால் கட்டமைக்கப்பட்ட "இந்தியப் பகுதியில் வாழ்கின்ற மக்கள் அனைவரும் இந்தியர்" என்பதாகும். இரண்டாவது இந்து சமயம் சார்ந்து பாலகங்காதர திலகர் போன்ற தீவிரவாத அமைப்பினரால் கட்டமைக்கப்பட்ட இந்து மதத்தைச் சார்ந்தவர்கள் இந்தியர் என்பதாகும். இந்து–இந்தியர் என்ற கருத்து 1980 வரை மேலோங்க வில்லை. காங்கிரஸ் கட்சியினால் உருவாக்கப்பட்ட இந்தியர் என்ற கருத்தே 1960 வரை மேலோங்கி இருந்தது. இந்து–இந்தியர் என்ற கருத்து 1980 காலகட்டங்களில் படிப்படியாக மேலெழும்பத் தொடங்கியது.

இவ்வாறு இந்திய முதலாளிகளாலும், காங்கிரஸ் கட்சியினாலும் முன்வைக்கப்பட்ட இந்திய தேசிய உணர்வு, 1970களில் கேள்விக்கு உள்ளாக்கப்பட்டது. இதற்கென சமூக அரசியல் பொருளாதாரச் சூழலும் உண்டு, ஆகவே 1970–80 வரையிலான சமூக அரசியல் பொருளாதாரச் சூழல் பற்றியும் விவாதிக்கப்படுகிறது.

1970-80 வரையிலான சமூக அரசியல் பொருளாதார சுழலும் பண்பாட்டு அடையாளக் கட்டமைப்பும்

1970 காலகட்டங்களில் இந்தியா முழுவதிலுமான காங்கிரசாரின் ஒற்றை ஆட்சி முறையும், அக்கட்சியினால் முன்வைக்கப்பட்ட இந்தியர், இந்திய தேசியம் என்ற உணர்வுகளில் விரிசல் ஏற்படத் தொடங்கியது.

இந்தியர், இந்திய தேசியம் என்ற கருத்தைப் பெரியார் அவர்கள் விடுதலைக்கு முன்னரே மறுத்துள்ளார். அதன் காரணமாகவே காங்கிரஸ் கட்சியிலிருந்து பிரிந்து பெரியார் திராவிடர் கழகத்தை உருவாக்கினார்.

“தேசியம் பற்றிப் பெரியார் அவர்கள் தோழர்களே! கடவுள், மதம், ஜாதியம், தேசாபிமானம் என்பவைகள் எல்லாம் மக்களுக்கு இயற்கையாக, தானாக ஏற்பட்ட உணர்ச்சிகள் அல்ல. சகல துறைகளிலும் மேற்படியில் உள்ளவர்கள் தங்கள் நிலை நிரந்தர மாயிருக்க ஏற்படுத்திக்கொண்டிருக்கும் கட்டுப்பாடான ஸ்தா பனங்களின் மூலம் பாமர மக்களுக்குள் புகுத்தப்பட்ட உணர்ச்சி களேயாகும். இந்தப் படி புகுத்தப்பட வேண்டிய அவசியமும், காரணமும் என்னவென்று பார்த்தால் அவை, முற்றும் பொருளா தார உள் எண்ணத்தையும் அந்நியன் உழைப்பாலேயே வாழ வேண்டும் என்கிற உள் எண்ணத்தையும் கொண்ட பேராசையும் சோம்பேறி வாழ்க்கைப் பிரியமுமேயாகும்” என்கிறார் (அ. மார்க்ஸ், 2001, ப.20).

இதிலிருந்து அக்காலகட்டத்து தேசியம், இந்தியன் என்ற கருத்துக் கட்டமைப்புக்களைப் புரிந்துகொள்ளலாம். இதன் காங்கிரஸ் அரசின் மேல் மக்களுக்கு அதிருப்தி ஏற்பட்டது. இக்காலகட்டத்து திராவிட கட்சியிலிருந்து வெளியேறிய திராவிட முன்னேற்றக் கழகத்தினரால், வடக்கே வாழ்கிறது, தெற்கு தேய்கிறது என்ற முழக்கங்கள் முன்வைக்கப்பட்டன.

இத்தகைய அரசியல் சூழலில் இந்தி எதிர்ப்பையும் தமிழ்த் தேசியம் என்ற கருத்தையும் முன்வைத்த திராவிட முன்னேற்றக் கழகம் 1967இல் காங்கிரஸை தோல்வியடையச் செய்து அரியணை ஏறியது. இதன் காரணமாகக் காங்கிரஸ் கட்சி உருவாக்கியிருந்த இந்தியன், இந்திய தேசியம் என்ற கருத்துக்கள் மங்கத் தொடங்கி

தமிழன், தமிழ்த்தேசியம் என்ற கருத்துக்கள் ஓங்கி ஒலிக்கத் தொடங்கின.

தமிழகத்தில் திராவிட முன்னேற்றக் கழகத்தால் உருவாக்கப்பட்ட மாநிலக் கட்சி என்ற உணர்வு இந்தியாவின் மற்ற மாநிலங்களிலும் தாக்கத்தை ஏற்படுத்தியது. இதன் காரணமாக அரசியல் சூழல், ஒற்றை ஆட்சி முறை என்ற நிலையிலிருந்து மாநிலக் கட்சி என்ற உணர்வு இந்தியாவின் மற்ற மாநிலங்களிலும் தாக்கத்தை ஏற்படுத்தியது. இதன் காரணமாக அரசியல் சூழல் ஒற்றை ஆட்சி முறை என்ற நிலையிலிருந்து மாநிலக் கட்சி என்ற முறைக்கு மாறியது.

இம்மாநிலக் கட்சி முறையும் முதலாளிகளால் தோற்றுவிக்கப் பட்ட முறைதான். இதனால் இம்மாநிலக் கட்சி முறை முதலாளி களைப் பாதிக்கவில்லை. மேலும் அக்காலகட்டத்து அறிவியல் வளர்ச்சியின் காரணமாக எந்திரங்கள் பெருகின. எந்திர உற்பத்தி முறையின் மூலம் உற்பத்தி பெருகியது. முதலாளிகள் உற்பத்தி முறையைப் பெருக்குவதற்காக மேலும், மேலும் அறிவியல் தொழில் நுட்பங்களை வளர்க்க முனைந்தனர். அறிவியல் தொழில்நுட்பங் களின் காரணமாக வேலையில்லாத் திண்டாட்டம் அதிகரிக்கத் தொடங்கியது. இதன் காரணமாக முதலாளிகளுக்கும் தொழிலாளி களுக்கும் இடையே முரண்பாடு தோன்றியது. முதலாளிகள், தொழிலாளிகளுக்கிடையிலான முரண்பாட்டை மழுங்கடிக்கச் செய்வதற்காக முதலாளிகள் சமயத்தைத் தங்கள் கையில் எடுத்துக்கொண்டனர். இதற்கு அறிவியல் தொழில் நுட்பத்தினால் உருவாக்கப்பட்ட ஊடகங்களைப் பயன்படுத்தத் தொடங்கினர்.

இவ்வாறு முதலாளிகள் சமயத்தை அறிவியலின் துணை கொண்டு மக்களுக்குப் போதிப்பதை பற்றி இ.முத்தையா அவர்கள் "இந்தியாவின் முதலாளித்துவ கட்சிகளும், இயக்கங்களும் அறிவியலை ஒரு பக்கத்திலும் சமயத்தை இன்னொரு பக்கத்திலும் பாதுகாவலர்களாக வைத்துக் கொண்டு பீடு நடை போடுகின்றன" என்கிறார். (இ.முத்தையா, 2002, ப.45)

இதன் மூலம் சமயத்தையும், அதற்குப் பயன்படுத்தப்படும் அறிவியல் தொழில்நுட்பங்களைப் பற்றியும் அறிந்து கொள்ளலாம். மேலும் முதலாளிகளின் நிறுவன சமய கோவில்களின் வளர்ச்சிக்கு நிதி உதவிகளையும் செய்தனர். இவ்வாறு முதலாளிகள் சமயத்தின் ஊடாக உதவி செய்யும் பொழுது, சமூகத்தால் அங்கீகரிக்கப்படு வார்கள். சமூகத்தால் அங்கீகரிக்கப்பட்ட முதலாளிகள் சமயத்தின் மேலோட்டமான நிலையில் மக்களிடையே ஒற்றுமையை வலி யுறுத்தினர். ஆனால் தங்களின் சொந்த நலனுக்காக மறைமுகமாக அவர்களே சாதி, சமய மோதல்களைத் தூண்டி விடவும் செய்தனர்.

மேலே கூறப்பட்டுள்ள அரசியல், பொருளாதார காரணங்களால் மக்களிடம் தன் மாநிலம், தன் வட்டாரம், தன் சாதி என்ற கருத்துக்கள் கட்டமைக்கப்பட்டன.

1970–80 காலகட்டத்தில் கட்டமைக்கப்பட்ட சாதி, வட்டாரம் என்ற உணர்வு கூர்மைப்படத் தொடங்கியது. மேலும் 1980களுக்குப் பிறகு இந்தியச் சமூகச் சூழலில் உலகமயமாக்கல், புதியச் சிந்தனைப் பிரிவுகளான பின்நவீனத்துவம், பெண்ணியம், தலித்தியம் என்ற சொல்லாடல்கள் புதுவித பண்பாட்டு அடையாளங்களைக் கட்டமைத்தன. அது பற்றி இனி பார்க்கலாம்.

1980களுக்குப் பிறகான அரசியல்-பொருளாதார சூழலும் பண்பாட்டு அடையாளக் கட்டமைப்பும்

தாராளப் பொருளாதாரக் கொள்கை 1980களில் இந்தியாவில் வெளிப்படையாகச் செயல்படத் தொடங்கியது. இந்தியாவின் பொருளாதாரக் கொள்கை, உலகமயமாக்கல், தாராளப் பொருளாதாரக் கொள்கை எனப் புதிய நிலையை அடைந்தது.

தாராளப்பொருளாதாரக் கொள்கையினால் வளர்ந்த நாடுகளான அமெரிக்கா, ஜெர்மன் போன்ற நாடுகள் இந்தியாவில் சுதந்திரமாகச் செயல்படத் தொடங்கின. மேலும் உலக வங்கி, உலக வர்த்தக மையம் ஆகியவற்றின் காரணமாகப் பண்பாட்டுத் தளங்களிலும், பொருளாதார நிலையிலும் பல்வேறு மாற்றங்கள் ஏற்பட்டன. உலகம் முழுவதும் அமெரிக்கப் பண்பாடு ஒற்றைப் பண்பாடாக முன் நிறுத்தப்பட்டது. அமெரிக்காவின், ஒற்றைப் பண்பாட்டுக் கட்டமைப்பின் காரணமாக மக்கள் தங்ககள் பண்பாடுகளை இழந்து விடுவோமென அஞ்சத் தொடங்கினர்.

ஒற்றைப் பண்பாடு நிலை பற்றி இ.முத்தையா அவர்கள் "உலகமயமாக்கச் செயல்பாடுகளால் உருவாக்கப்படும் ஒற்றைப்பண்பாடு நாட்டுப்புற மக்களின் தொழில், வட்டாரம், சாதி சார்ந்த பண்பாட்டுப் பன்மைகளை மாற்றி வருகிறது என்கிறார். (இ.முத்தையா, 2002, ப.54)

இவ்வாறு உலகமயமாக்கச் சூழலினால் கட்டமைக்கப்பட்ட ஒற்றைப் பண்பாட்டு முறையும், அரசியல் சூழலினால் கூர்மைப் படுத்தப்பட்ட வட்டார, சாதி உணர்வுகளும் மக்களிடையே தங்களது பண்பாட்டு அடையாளங்களைத் தேடும் முயற்சியைத் தீவிரப்படுத்தியது.

இவ்வாறு ஒற்றைப் பண்பாட்டு, சாதி, வட்டார முறைகளின் காரணமாக உருவான பண்பாட்டுத் தேடலுக்குக் கல்விச் சூழலும் பக்கபலமாக அமைந்தது.

ஏகாதிபத்தியத்தை உடைக்க வேண்டும் என்ற நோக்கத்தில், பின்நவீனத்துவம் என்ற சிந்தனை முறையை அறிஞர்கள் முன் வைத்தனர். பின்நவீனத்துவம் என்பது ஒற்றைக் கருத்தாக்கத்தை உடைப்பதற்கும் பன்மை அடையாளத்தை உருவாக்குவதற்குமான சிந்தனை வடிவங்களை உள்ளடக்கியதாகும்.

இத்தகைய கருத்தாக்கங்களை உடைய பின்நவீனத்துவச் சூழலில் 1980களில் ரணஜித்குகா மற்றும் அவரது குழுவினரால் அடித்தள மக்கள் பற்றிய வரலாற்றாய்வு முறையும் அறிமுகம் செய்யப்பட்டது.

பின் நவீனத்துவம் பற்றியும், அடித்தள மக்கள் வரலாறு பற்றியும் அ.மார்க்ஸ் அவர்கள் பின்வருமாறு கூறுகிறார். "பின் நவீனத்துவம் முன்வைத்த பெருங்கதையாடல்களின் தகர்வு தொகுப்பு, அறிவு உருவாக்கத்தின் மூலம் கையகப்படுத்துவதின் சாத்தியமின்மை என்கிற பார்வைகளை, அடித்தள வரலாற்றிய லாளர்கள் சிக்கெனப் பிடித்துக்கொண்டனர்" எனக் கூறுகிறார். (அ. மார்க்ஸ்.1998, ப.14)

மேலே கூறப்பட்டுள்ள பின் நவீனத்துவம், அடித்தள மக்கள் வரலாற்றுமுறை போன்ற ஆய்வுமுறைகளினால் தலித்தியம், பெண்ணியம் குறித்த புதிய ஆய்வு முறைகள் 1980களில் கல்விச் சூழலில் உருவாயின.

இவ்வாறு 1980 காலகட்டங்களில் உருவான அரசியல் சூழல், பொருளாதாரத் தாராளமயமாக்கம், உலகமயமாக்கம், பெண்ணியம் மற்றும் தலித்தியம் போன்ற கோட்பாட்டு முறைகளினாலும் ஏற்பட்ட மாற்றங்களின் காரணமாகத் தன் சாதி, வட்டாரம், பற்றிய பண்பாட்டுத் தேடல்கள் தீவிரமாக்கப்பட்டன.

இதை மார்க்ஸ் அவர்கள் "உலகம் தழுவிய செயற்பாடுகள் பார்வைகள் என்பதைக் குறுக்கி குறிப்பான காலத்திற்குரிய, குறிப்பான பகுதிக்குரிய பார்வைகளாக அவை பரிணாம மாற்றம் கொண்டன. வேறு வார்த்தைகளினால் சொல்வதானால் வரலாறு பிராந்தியமயப்படுத்தப்பட்டது. அடித்தள ஆய்வாளர் ஒருவரது சொற்களிலேயே சொல்வதானால் வரலாறு அதன் எல்லைக்கே தள்ளப்பட்டது" (அ.மார்க்ஸ், 1998, ப.18) என சாதி, வட்டார ஆய்வுகளைப் பற்றிக் குறிப்பிடுகிறார்.

இத்தகையப் பண்பாட்டுத் தேடலுக்கும், சாதி, வட்டார பண்பாட்டு அடையாளக்கட்டமைப்பிற்கும், நாட்டுப்புற வழக்காறுகள் ஆதாரமாக இருப்பது தெரிய வந்தது. இதன் காரணமாக நாட்டுப்புறவியல் ஆய்வுகள் பெருகத் தொடங்கின.

இவ்வாறு சாதி, வட்டாரம் என்ற கருத்தாக்கங்களினால் கட்டமைக்கப்படும் பண்பாட்டு அடையாளங்களுக்கென்று தனி சமூக, அரசியல் உண்டு. அது பற்றி பின்னர் பார்க்கலாம்.

மேலே கூறப்பட்டுள்ள பண்பாட்டு அடையாளக் கட்டமைப்புகள் நாட்டுப்புறவியல் ஆய்வுகளில் ஏற்படுத்திய பாதிப்புகளைப் பற்றிக் காணலாம். அதற்கடுத்த நிலையில் நாட்டுப்புறவியல் ஆய்வுகளால் கட்டமைக்கப்படும் பண்பாட்டு அடையாளங்களைப் பற்றிப் பார்க்கலாம்.

விடுதலைக்குப் பின்னரான பண்பாட்டு அடையாளக் கட்டமைப்பும் - நாட்டுப்புறவியல் ஆய்வுகளும்

விடுதலைக்குப் பின்னர் காங்கிரஸ் கட்சியினரால் முன்வைக்கப்பட்ட இந்திய தேசியம் என்ற கருத்தாடல்களும் காந்திஜியின் "கிராமத்திற்குத் திரும்பு" என்ற சொல்லாடல்களாலும் கவரப்பட்ட கி.வா.ஜகந்நாதன், பெ.தூரன் போன்றோர் நாட்டுப்புறப் பாடல்களைத் தொகுக்க ஆரம்பித்தனர். கி.வா.ஜகந்நாதன், பெ.தூரன் போன்றோரின் இவ்வாய்வு முறைகள் ஒரு ரசனை முறை ஆய்வுகளாகவே இருந்தன.

இக்காலகட்டத்தில் நாட்டுப்புற இலக்கியங்களைத் தொகுப்பது, அவற்றைத் திருத்தி அமைப்பது என்ற நிலையிலேயே நாட்டுப்புறவியல் ஆய்வுகள் இருந்தன.

அதற்கடுத்த நிலையில் 1970-80 காலகட்டத்தில் கட்டமைக்கப்பட்ட, தமிழர் பண்பாடு என்ற சொல்லாடல், நாட்டுப்புற வழக்காறுகளைக் கொச்சையானது, அருவருப்பானது என்று ஒதுக்கத் தொடங்கியது. இதை சு.சண்முகசுந்தரம் அவர்கள் "சுத்தத் தமிழ்க் கலாச்சாரச் சிக்கல்" என்று கூறுகிறார். (சு.சண்முகசுந்தரம், 2000, ப.5)

இத்தகைய சூழலில்தான் 1970களில் மதுரை காமராசர் பல்கலைக்கழகத்தில் நா.வானமாமலை, முத்துச்சண்முகம் போன்றோர் நாட்டுப்புற வழக்காறுகளை ஆய்வுக்கு உட்படுத்தினார்கள்.

இதில் நா.வானமாமலை அவர்கள் பொதுவுடைமைக் கட்சியின் சார்புத் தன்மையின் காரணமாக நாட்டுப்புற ஆய்வுகளை மேற்கொண்டார். அக்காலகட்டத்தில் நா.வானமாமலை அவர்கள் தொகுத்து பதிப்பித்த தமிழ்நாட்டுப் பாடல்கள், கட்டபொம்மு கூத்து போன்ற தொகுப்பு நூல்களே நாட்டுப்புற ஆய்வுகளுக்கு முன்னோடியாக அமைந்தன என்றால் மிகையாகாது.

அத்தோடில்லாமல் மதுரை காமராசர் பல்கலைக்கழகத்தில் முத்துச் சண்முகனார் அவர்கள் பல எதிர்ப்புகளுக்கிடையில்

தெருக்கூத்து, தோற்பாவை, நிழற்கூத்து, தாலாட்டு, ஒப்பாரி போன்ற ஆய்வுகளை மேற்கொள்வதற்கு வழிகாட்டியாகவும் இருந்துள்ளார். இந்நிலையிலேயே மதுரை காமராசர் பல்கலைக் கழகத் தமிழியற்புலத்தில் நாட்டுப்புற வழக்காறுகள் அதிக அளவில் ஆய்வுக்கு எடுத்துக்கொள்ளப்பட்டன. மேலும் 1980களில் ஏற்பட்ட சமூக அரசியல் பொருளாதாரச் சூழலும் பண்பாட்டுக் கட்டமைப்பும் நாட்டுப்புறவியல் ஆய்வுகளைச் சாதி, வட்டாரம் சார்ந்த ஆய்வுகளாக மாற்றின.

அவ்வாறு ஆய்வு செய்யப்பட்ட மதுரை காமராசர் பல்கலைக் கழக நாட்டுப்புறவியல் ஆய்வுகளால் கட்டமைக்கப்பட்ட, பண்பாட்டு அடையாளக் கட்டமைப்புப் பற்றிப் பார்க்கலாம்.

மதுரை காமராசர் பல்கலைக்கழக நாட்டுப்புறவியல் ஆய்வுகளும் பண்பாட்டு அடையாளக் கட்டமைப்பும்

மதுரை காமராசர் பல்கலைக்கழகத்தில் தமிழியற்புலத்தில் ஆய்வு செய்யப்பட்டுள்ள இளநிலை (M.Phil), முனைவர் பட்ட (Ph.D.) நாட்டுப்புறவியல் ஆய்வுகளில் 1970களிலிருந்து 1990 வரையிலான நாட்டுப்புறவியல் ஆய்வுகளே இந்நூலில் ஆய்வுக்கு எடுத்துக் கொள்ளப்பட்டுள்ளன.

முதலில் ஆய்வாளருக்கு கிடைத்துள்ளத் தகவலின் படி நாட்டுப்புறவியல் ஆய்வுகள் வகைப்படுத்தப்பட்டு அட்டவணைப் படுத்தப்படுகின்றன. அவை முறையே வட்டாரம், சாதி, சாதி+வட்டாரம், பெண்ணியம் மற்றும் பொது என்று வகைப்படுத்தப்பட்டுள்ளன.

நாட்டுப்புற வழக்காறுகள்	வட்டாரம்	சாதி	சாதி/வட்டாரம்	பெண்ணியம்	பொது	மொத்தம்
நாட்டுப்புறப் பாடல்கள் (Ph.D.)	4	2	4	1	1	12
நாட்டுப்புறப் பாடல்கள் (M.Phil)	39		8	1	3	51
நாட்டுப்புறப் பாடல்கள் (M.A)	1				2	3

நாட்டுப்புறக் கதைப் பாடல்கள் (Ph.D.)	2				3	5
நாட்டுப்புற கதைப் பாடல்கள் (M.Phil)	1		1		5	7
நாட்டுப்புறக் கதை (Ph.D)	1				1	2
நாட்டுப்புறக் கதை (M.Phil)	11	1			1	13
நாட்டுப்புறக் கதை (M.A)	1					1
விடுகதைகள் (M.Phil)	2		1		1	4
பழமொழி (Ph.D.)	1				1	2
பழமொழி (M.Phil)	1	1				2
நாடகம் (அ) கூத்து (Ph.D.)	1				3	4
நாடகம் (அ) கூத்து (M.Phil)					1	1
நாட்டுப்புற ஆட்டங்கள் (M.Phil)					1	1
நாட்டுப்புற ஆட்டங்கள் (Ph.D)	4	1			2	7
நாட்டுப்புற இசை (Ph.D)	2					2
நாட்டுப்புற இசை (M.Phil)	2				4	6
நாட்டுப்புறத் தெய்வம் (Ph.D.)	11	1			3	15
நாட்டுப்புறத் தெய்வம் (M.Phil)	53	2	5	2	4	64
சடங்குகள் (Ph.D.)		1		1		2
சடங்குகள் (M.Phil)	1	9	55	4	6	74
நம்பிக்கைகள் (Ph.D.)	1				1	2
நம்பிக்கைகள் (M.Phil)	6	1	1		2	10
ஊர்ப்பெயராய்வு (M.Phil)	42					42
மக்கட்பெயராய்வு (Ph.D.)	1			1		2
மக்கட்பெயராய்வு (M.Phil)	2		1		1	4
நாட்டுப்புற மருத்துவம் (M.Phil)	3					3

நாட்டுப்புற விளையாட்டு (M.Phil)	3					3
புழங்கு பொருட்கள் (M.Phil)	1				1	2
இனவரைவியல் (M.Phil)		8	17			25
பொதுவான ஆய்வுகள் (M.Phil)	3				3	6

மேலே குறிப்பிட்டுள்ள அட்டவணையிலிருந்து மதுரை காமராசர் பல்கலைக்கழகத்தில் நடைபெற்றுள்ள நாட்டுப் புறவியல் ஆய்வுகளைப் பற்றித் தெரிந்துகொள்ளலாம்.

இதில் நாட்டுப்புறப் பாடல்கள், நாட்டுப்புறக் கதைகள், நாட்டுப்புறத் தெய்வம், ஊர்ப்பெயராய்வு, சடங்குகள் மற்றும் இனவரைவியல் ஆய்வுகள் அதிகமாக நடைபெற்றிருப்பதை அறிந்துகொள்ளலாம்.

மேலும் நாட்டுப்புறப் பாடல்கள், நாட்டுப்புறக் கதை, நாட்டுப் புறத் தெய்வம், ஊர்ப்பெயராய்வு போன்ற ஆய்வுகள் வட்டாரம் சார்ந்ததாகவே உள்ளதை நாம் அறியலாம்.

நாட்டுப்புறச் சடங்குகள், இனவரைவியல் பற்றிய ஆய்வுகள் சாதியையும், வட்டாரத்தையும் சார்ந்ததாகவும், அரசியல் சார்ந்ததாகவும் உள்ளன.

இத்தகைய தன்மையுடைய நாட்டுப்புற வழக்காறுகள் பற்றியும் நாட்டுப்புற வழக்காற்று ஆய்வுகள் பற்றியும் இ. முத்தையா அவர்கள் பின்வருமாறு கூறுகிறார்.

"நாட்டுப்புற வழக்காறுகள் சமூக அரசியல் தன்மை வாய்ந்தவை. மக்களை அடையாளப்படுத்துவதின் வாயிலாக அவர்களுக்கு இடையிலான வேறுபாடுகளையும் முரண்பாடுகளையும், பொதுத் தன்மைகளையும், காட்டுபவை. மக்களின் அதிகாரம் செயல்படும் முறைகளையும் உணர்த்துபவை. மக்களின் அருவமான மன அமைப்புக்களுக்கு உருவம் கொடுப்பவை. நடைமுறை வாழ்க்கையில் வெளிப்படுத்த இயலாத எண்ணங்கள், உணர்வுகளை, எதிர்ப்புக் குரல்களை வெளிப்படுத்துவதற்கான களங்களாகத் திகழ்பவை. இப்படிப்பட்ட சமூக அரசியல் தன்மை வாய்ந்த நாட்டுப்புற வழக்காறுகள் பற்றிய ஆய்வுகள் நடுநிலையானவையாக இருப்பதற்கு வாய்ப்பில்லை. ஆய்வாளர்களின் கருத்தியல் சார்பு நாட்டுப்புறவியலின் சமூக அரசியல் நிலைப்பாடுகளைத் தீர்மானிக் கின்றன" என்கிறார் (இ. முத்தையா, 2002, ப.42).

இதிலிருந்து நாட்டுப்புற வழக்காறுகள் பற்றிய ஆய்வுகள் நடுநிலையானவையாக இல்லை என்றும் அவை ஆய்வாளரின் கருத்தியல் சார்புடையவை என்பதையும் அறிந்து கொள்ளமுடிகிறது.

இவ்வாறு ஆய்வாளரின் கருத்தியல் சார்பினால் ஆய்வு செய்யப்படும் நாட்டுப்புற ஆய்வுகளும், அவ்வாய்வுகளினால் கட்டமைக்கப்படும் பண்பாட்டு அடையாளங்களும் சார்புத்தன்மை உடையவையே.

ஆய்வாளர்களின் சார்புத் தன்மையினால் ஆய்வு செய்யப் பட்டுள்ள நாட்டுப்புறவியல் ஆய்வுகளால் கட்டமைக்கப்படும் பண்பாட்டு அடையாளங்கள் நான்கு நிலைகளில் விளக்கப் படுகின்றன.

1. நாட்டுப்புறக் கலை, இலக்கிய ஆய்வுகளால் கட்ட மைக்கப்படும் வட்டாரப் பண்பாட்டு அடையாளங்கள்.

2. நாட்டுப்புறத் தெய்வம், சடங்குகள் மற்றும் இனவரைவியல் ஆய்வுகளால் கட்டமைக்கப்படும் சாதி பண்பாட்டு அடையாளங்கள்.

3. நாட்டுப்புறவியல் ஆய்வுகளால் கட்டமைக்கப்படும் தலித் பண்பாட்டு அடையாளங்கள்.

4. நாட்டுப்புறவியல் ஆய்வுகளால் கட்டமைக்கப்படும் பெண்ணிய அடையாளங்கள் என்பதாகும்.

1. நாட்டுப்புறக் கலை இலக்கிய ஆய்வுகளால் கட்டமைக்கப்படும் வட்டாரப் பண்பாட்டு அடையாளங்கள்

மேலே அட்டவணையில் குறிப்பிட்டுள்ளபடி நாட்டுப்புறப் பாடல் தொடர்பான ஆய்வுகளும், நாட்டுப்புறக் கதை தொடர்பான ஆய்வுகளும் அதிக அளவில் வட்டாரம் சார்ந்த ஆய்வுகளாக உள்ளன.

ஏனெனில் நாட்டுப்புறப் பாடல்களும், கதைகளும் அந்தந்த வட்டாரத்தையும் வட்டார மக்களின் சமூகப் பழக்க வழக்கங்கள், தொழில் முறைகள், நம்பிக்கைகள், வாழ்க்கை முறைகள் போன்ற வற்றைப் பிரதிபலிப்பவை. அவற்றின் மூலம் அவ்வட்டார மக்களின் வாழ்க்கைமுறை, சமூக மதிப்புகள், உலகநோக்கு அழகியல் உணர்வு, தொழில் முறைகள் பற்றி அறிந்துகொள்ளலாம்.

இதன் காரணமாகவே, வட்டார நாட்டுப்புறப் பாடல்கள், நாட்டுப்புறக் கதை பற்றிய ஆய்வுகள் அதிகமாக ஆய்வு செய்யப்பட்டுள்ளன. இவ்வாறு நாட்டுப்புறப் பாடல்களையும்,

கதைகளையும் ஆய்வு செய்வதின் மூலம் அவ்வட்டார மக்களின் பண்பாட்டைப் பற்றி அறிந்துகொள்ளலாம்.

மேலும் 1970களில் சமூகப் பொருளாதார அரசியல் சூழலினால் ஏற்பட்ட வட்டார உணர்வின் காரணமாகவும், இவ்வட்டார ஆய்வுகள் அதிக அளவில் நடைபெற்றுள்ளன எனலாம்.

இவ்வட்டார ஆய்வுமுறை பற்றி சு.சண்முகசுந்தரம் அவர்கள் "நான் வட்டாரப் பற்றுடன் என் மாவட்ட (நெல்லை) நாட்டுப் புறப்பாடல்களை பிஎச்.டிக்கு முதலில் (1973) ஆராய வந்தேன். என்னைத் தொடர்ந்து அனைத்து மாவட்டங்களையும் ஆராய்ந் தனர்" என்கிறார். (சு.சண்முக சுந்தரம், 2000, ப.8)

சண்முகசுந்தரம் அவர்களின் கருத்திலிருந்து வட்டார ஆய்வுகள் பற்றியும் அதற்குப் பின்புலமான சமூக அரசியல் காரணம் பற்றியும் அறிந்துகொள்ள முடிகிறது.

மதுரை காமராசர் பல்கலைக்கழக நாட்டுப்புறவியல் ஆய்வுகள் பெரும்பாலும் தென் தமிழக வட்டாரங்களிலேயே அதிகமாக மேற்கொள்ளப்பட்டுள்ளன. அவ்வட்டாரங்களில் உள்ள நாட்டுப் புறப்பாடல்கள், நாட்டுப்புறக் கதைகள், நாட்டுப்புறக் கலைகள் ஓரளவுக்கு முழுமையாக ஆய்வு செய்யப்பட்டுள்ளன எனலாம். அதற்கு உதாரணமாக "ஆலங்குளம் வட்டார நாட்டுப்புறப் பாடல்கள் ஓர் ஆய்வு (பி.இ.1:1:2:7) எடுத்துக்கொள்ளப்படுகிறது.

இவ்வாய்வின் மூலம் ஆலங்குள வட்டார மக்களின் பழக்க வழக்கங்கள், பொருள்சார் பண்பாட்டு முறைகள், நம்பிக்கைகள், தொழில்முறைகள், அழகியல் உணர்வுகள் ஆகியவை பற்றித் தெரிந்து கொள்ளலாம். அதோடில்லாமல் ஆலங்குளம் வட்டா ரத்தின் பண்பாடு பற்றியும் தெரிந்துகொள்ளலாம்.

மேலே குறிப்பிட்டுள்ளது போன்று, வட்டாரத்தை ஆய்வுக் களமாக எடுத்துக்கொண்டு ஆய்வு செய்யப்பட்டுள்ள ஆய்வுகளின் மூலம் அவ்வட்டார மக்களின் நம்பிக்கைகள், பழக்கவழக்கங்கள், சடங்குகள், உணவுப் பொருட்கள், ஆடை அணிகலன்கள் இன்னும் பிற நாட்டுப்புற வழக்காறுகளைப் பற்றி அறிந்து கொள்ளலாம்.

இவ்வட்டார ஆய்வுகளின் மூலம் அவ்வட்டார மக்கள் பிற வட்டார மக்களிலிருந்து எவ்வாறு வேறுபடுகின்றனர் என்றும் தெரிந்து கொள்ளலாம்.

ஒரு வட்டாரத்தின் சமூகச் சூழல்களே அவ்வட்டாரத்தின் பண்பாட்டைத் தீர்மானிக்கக் கூடியவையாக உள்ளன. உதார ணமாக, ஆடை, அணிகலன்கள் புழங்கு பொருட்கள், உணவுப்

பழக்க வழக்கங்கள், பேச்சு வழக்கு ஆகியவற்றைக் கூறலாம். இவையெல்லாம் வட்டாரம் சார்ந்தவை. வட்டாரத்திற்கு வட்டாரம் வேறுபடும் தன்மையுடையவை. மேலும் நாட்டுப்புற வழக்காறுகளில் ஒன்றான நாட்டுப்புறப் பாடல்களை உதாரணமாக எடுத்துக்கொள்வோம். வளமையான பகுதிகளில் பாடப்படும் நாட்டுப்புறப் பாடலுக்கும், வறட்சியான பகுதிகளில் பாடப்படும் நாட்டுப்புறப் பாடலுக்கும் வேறுபாடு உண்டு.

இதற்கு உதாரணமாக "கம்பம் பள்ளத்தாக்குகளில் வழங்கும் நாட்டுப்புறப் பாடல்கள்" என்ற ஆய்வுத் தலைப்பையும் "சிவகங்கை வட்டார நாட்டுப்புறப் பாடல்கள்" என்ற ஆய்வுத் தலைப்பையும் எடுத்துக்கொள்ளலாம்.

இரு வட்டாரங்களின் நாட்டுப்புறப் பாடல்களும் அவ்வட்டார மக்களின் சமூகச் சூழலுக்கு ஏற்ப வேறுபடும் தன்மையுடையவை ஆகும்.

இவ்வாறு வாய்மொழி வழக்காறுகளின் திரிபுவடிவங்களுக்கு, ஒவ்வொரு வட்டாரத்து சமூகச் சூழலும் ஒரு காரணம் என்றும் விளக்கம் கூறலாம்.

நாட்டுப்புறக் கதை, நாட்டுப்புறப் பாடல் ஆகிய வாய்மொழி இலக்கியங்களோடு நாட்டுப்புறக் கலைகள், கூத்துக்கள், கதைப் பாடல்கள் யாவும் முழுக்க முழுக்க வட்டாரத்தை அடிப்படையாகக் கொண்டவையே என்றும் கூறலாம்.

இதற்கு எடுத்துக்காட்டாக "குமரி மாவட்ட நாட்டார் சமூகக் கதைப் பாடல்களின் இயல்புகளும், சிக்கல்களும்", "இராசாராணி ஆட்டம் (மதுரை மாவட்டம்)" போன்று ஆய்வுகளைக் கூறலாம்.

மேலே கூறப்பட்டுள்ள வழக்காறுகளைப் பற்றிய ஆய்வு களெல்லாம், பெரும்பாலும் அவ்வட்டாரத்தைச் சார்ந்த ஆய்வாளர்களாலேயே மேற்கொள்ளப்பட்டுள்ளன எனலாம். ஆய்வாளர்கள் ஆய்வு வசதிக்காக, தமது வட்டாரத்தையே ஆய்வுக்களமாகத் தேர்வுசெய்கின்றனர். இதற்குக் காரணம் அவ்வட்டாரம் பற்றியத் தெளிவு ஆய்வாளருக்கு உண்டு என்ப தாலும், கள ஆய்வு செய்வது எளிது என்பதற்காகவுமே ஆகும்.

இவ்வட்டார ஆய்வுகளின் மூலம் ஆய்வாளர்கள் தங்களது வட்டாரம் பற்றியும், அவற்றின் சிறப்புகள் பற்றியும் தமது ஆய்வுளின் மூலம் வெளிப்படுத்துகின்றனர்.

இவ்வாய்வுகளையும், இவ்வாய்வாளர்களின் கருத்துக்களையும் கொண்டு இவ்வட்டார மக்களின் பண்பாடு இவ்வாறுதான் இருக்கும் என்று சொல்லி விட முடியாது. ஆய்வாளர்கள் தமக்குக்

கிடைத்துள்ள ஆய்வுத் தகவலின் படியும் தங்களது கருத்தியல் சார்ந்தும்தான் ஆய்வுகளை மேற்கொண்டிருப்பார்கள்.

இவ்வட்டார ஆய்வுகள் என்பவை, ஆய்வாளர்களின் ஆய்வு வசதிக்காவும் ஆய்வாளர்களின் வட்டாரப் பற்றின் காரணமாகவும் மேற்கொள்ளப்பட்டுள்ளன எனலாம். இங்கு வட்டாரப் பண்பாட்டு அடையாளக் கட்டமைப்பு என்பது ஆய்வாளர்களின் கருத்தியல் சார்ந்தே அமைகின்றது எனலாம்.

நாட்டுப்புறத் தெய்வம், சடங்குகள் மற்றும் இனவரைவியல் ஆய்வுகளால் கட்டமைக்கப்படும் சாதி, பண்பாட்டு அடையாளங்கள்

மதுரை காமராசர் பல்கலைக்கழகத்தில் நாட்டுப் புறத் தெய்வங்கள், இனவரைவியல், சடங்குகள் பற்றிய ஆய்வுகள் ஓரளவு மிகுதியாகவே நடைபெற்றுள்ளன.

2.1 நாட்டுப்புறத் தெய்வங்கள் பற்றிய ஆய்வுகளும் - பண்பாட்டு அடையாளக் கட்டமைப்பும்

நாட்டுப்புறத் தெய்வங்கள் பற்றிய ஆய்வுகள் பெரும்பாலும் ஊர்த்தெய்வங்கள், வட்டாரத் தெய்வங்கள், குலதெய்வங்கள் ஆகியவற்றை முதன்மையாகக் கொண்டவையாக அமைந்துள்ளன.

அத்தெய்வங்களின் வழிபாட்டு முறைகள், செய்யப்படும் சடங்குகள், நேர்த்திக்கடன்கள், நிகழ்த்தப்படும் கலைகள், கூத்துக் கள், வில்லுப்பாடல்கள், மக்களின் மன உணர்வுகள் ஆகியவை எல்லாம் ஆய்வுக்கு எடுத்துக்கொள்ளப்பட்டு ஆய்வு செய்யப்படு கின்றன. எடுத்துக்காட்டாக "திருநெல்வேலி பகுதியில் சிறுதெய்வ வழிபாடு" என்ற ஆய்வுத் தலைப்பை எடுத்துக்கொள்ளலாம்.

திருநெல்வேலி நாட்டுப்புறத் தெய்வ வழிபாடுகளின் போது செய்யப்படும் சடங்குகள், வழிபாட்டு முறைகள், மக்களின் மன உணர்வுகள் ஆகியவற்றைப் பற்றித் தெரிந்துகொள்ளலாம்.

நாட்டுப்புறத் தெய்வ வழிபாட்டு முறைகளிலும், சடங்கு முறைகளிலும் அவ்வட்டார (அ) சாதி மக்களுக்கிடையிலான ஒற்றுமை உணர்வுகளும், முரண்பாடுகளும் வெளிப்படும். இத்தகைய தன்மையுடைய நாட்டுப்புறத் தெய்வங்களைப் பற்றி ஆய்வு செய்யும் ஆய்வாளர்கள் சிலர் தங்கள் கருத்தியல் சார்ந்த சாதிப் பண்பாடு அடையாளங்களையே கட்டமைப்பார்கள்.

பெரும்பான்மையான ஆய்வாளர்கள் நாட்டுப்புறத் தெய்வத் திருவிழாக்கள், வழிபாட்டு முறைகள், சடங்குகள், நிகழ்த்தப்படும் கலைகள் ஆகியவற்றைப் பற்றி மேலோட்டமாக, விளக்க முறை ஆய்வின் அடிப்படையிலேயே ஆய்வு செய்துள்ளனர். இவர்கள் தெய்வம் என்பதற்கு முக்கியத்துவம் கொடுக்கின்றனர். ஆகவே

இவர்கள் தங்களின் ஆய்வுகளின் மூலம் எந்த விதமான சாதி பண்பாட்டு அடையாளங்களையும் கட்டமைப்பதில்லை.

சில நாட்டுப்புறவியல் ஆய்வாளர்கள், மக்களிடையே உள்ள சாதி உணர்வுகளையும், முரண்பாடுகளையும் அதற்கானக் காரணங்களையும் உள்ளது உள்ளபடியே தமது ஆய்வில் விளக்குகின்றனர்.

வேறு சில நாட்டுப்புறவியல் ஆய்வாளர்கள் முரண்பாடுகளைத் தீர்க்கும் விதமாக மக்களுக்கிடையிலான ஒற்றுமை உணர்வுகள், முரண்பாடுகள் அதற்கான காரணங்கள் ஆகியவற்றைப் பற்றி ஆய்வு செய்து தங்களது ஆய்வுகளின் மூலம் விளக்குகின்றனர்.

இவ்வாறு நாட்டுப்புறத் தெய்வம் தொடர்பான ஆய்வுகளின் மூலம் கட்டமைக்கப்படும், சாதிப் பண்பாட்டு அடையாளங்கள் ஆய்வாளர்களின் கருத்தியல் சார்ந்தே அமையும் என்பதைப் புரிந்து கொள்ளலாம்.

2.2 சடங்குகள் பற்றிய ஆய்வுகளும் - சாதிப் பண்பாட்டு அடையாளக் கட்டமைப்பும்

மனிதர்களின் பிறப்பு முதல் இறப்பு வரையிலான பயணம் சடங்குகளாலேயே தீர்மானிக்கப்படுகின்றது. இச்சடங்கு முறைகள் எல்லாம் சாதிக்குச் சாதி வேறுபடுபவை. ஒரு சாதியைச் சார்ந்த சடங்குகள் பிற சாதிகளைச் சார்ந்த சடங்குகளிலிருந்து வேறுபட்டுக் காணப்படுகின்றன.

சடங்குகளைப் போலவே சடங்குகள் பற்றிய ஆய்வுகளும் சாதியைச் சார்ந்தவையாகவே அமைகின்றன. நாட்டுப்புறச் சடங்குகள் பற்றி ஆய்வு செய்யும் ஆய்வாளர்கள் பெரும்பாலும் தங்களது சாதி சார்ந்த சடங்குகளையே ஆய்வுப் பொருளாகத் தேர்ந்தெடுத்துக் கொள்கின்றனர். அவ்வாறு தமது சாதிச் சடங்குகள் பற்றி ஆய்வு செய்யும் ஆய்வாளர்கள், தமது சாதி பற்றிய இழிவான தகவல்களைப் பெரும்பாலும் மறைத்து விடுகின்றனர். தமது சாதிச் சடங்குகளில் காணப்படும் சிறப்பம்சங்களையே பெரும்பாலும் தமது ஆய்வுகளில் வெளிப்படுத்துவர். அச்சிறப்பம்சங்களைக் கொண்டு தமது சாதியும், சாதியச் சடங்குகளும் உயர்வானவை என்று கூறுவர். பெரும்பான்மையான சடங்குகள் பற்றிய ஆய்வுகள் இவற்றை அடிப்படையாகக் கொண்டு அமைந்துள்ளன எனலாம்.

இவ்வாறு முதலில் ஆய்வாளர்களின் ஆய்வு வசதிக்காக எடுத்துக்கொள்ளப்படும் சாதியச் சடங்குகள், பின்னர் அவ்வாய்வாளர்களின் கருத்தியல் சார்ந்த சாதிப் பண்பாட்டு அடையாளக் கட்டமைப்பிற்கு ஏற்பப் பயன்படுத்தப்படுகின்றன.

மேலும், ஒவ்வொரு சடங்குகளும் சாதியைப் பொறுத்தும் வட்டாரத்தைப் பொறுத்தும் மாறுபட்டுக் காணப்படுவதால், சடங்குகள் பற்றிய ஆய்வுகள் அதிகமாக மேற்கொள்ளப்பட்டுள்ளன.

இதற்கு எடுத்துக்காட்டாக "மதுரை மாவட்டத்து அகமுடையார் குலச் சடங்குகள்" என்ற ஆய்வுத் தலைப்பை எடுத்துக் கொள்ளலாம். இவ்வாய்வில் மதுரை மாவட்டத்தில் உள்ள அகமுடையார்களின் குலச் சடங்குகள் பற்றி ஆய்வு செய்யப் பட்டுள்ளது. "இராசபாளையம் இல்லத்துப் பிள்ளைமார்களின் குலச் சடங்குகள்" என்ற ஆய்வுத் தலைப்பை மற்றொரு உதாரணமாக எடுத்துக்கொள்ளலாம்.

இவ்விரு ஆய்வுகளிலும் வட்டாரமும், சாதியும் வேறு வேறாகும். மதுரை மாவட்டத்து அகமுடையார்கள் குலச் சடங்குகளும் அவர்களின் சாதிப் பழக்க வழக்கங்களும், பொருள்சார் பண்பாட்டு வடிவங்களும் அவர்களின் சமூகச் சூழலைப் பொறுத்தே அமையும். அதே போல் இராசபாளையத்து இல்லத்துப் பிள்ளைமார்களின் குலச்சடங்குகளும் அவர்களின் சாதிப் பழக்கவழக்கங்களும் பொருள்சார் பண்பாட்டு வடிவங் களும், அவர்களின் சமூகச் சூழலைப் பொறுத்தே அமையும்.

இச்சடங்குகள் பற்றிய ஆய்வுகள் மூலம் ஒரு சாதிச் சடங்கிற் கும், மற்றொரு சாதிச் சடங்கிற்கும் இடையே உள்ள ஒற்றுமை களையும், வேற்றுமைகளையும் அறிந்துகொள்ளலாம்.

மேலும் இச்சடங்குகளைப் பற்றி ஆய்வு செய்யும் பெரும் பான்மையான ஆய்வாளர்கள், தங்களது சாதிச் சடங்குகளையும், அவற்றின் சிறப்பியல்புகளையும் மட்டுமே தமது ஆய்வுகளில் வெளிக்கொண்டு வருவார்கள். வேறு சில ஆய்வாளர்கள் தமது கருத்தியல் நிலைப்பாட்டைக் கொண்டு, தமது சாதிச் சடங்குகள் உயர்ந்தவை என்றும் பிற சடங்குகள் தாழ்ந்தவை என்றும் ஆய்வுகளின் மூலம் கட்டமைக்கிறார்கள். வேறு சில நடுநிலையான ஆய்வாளர்கள் சடங்குகள் பற்றிய ஆய்வுகள் சாதியை அடிப்படை யாகக் கொண்டவை என்றாலும் ஒரு குறிப்பிட்டச் சாதி சடங்குகள் உயர்ந்தவை என்றும், மற்ற சாதிச் சடங்குகள் தாழ்ந்தவை என்றும் கூறமாட்டார்கள். ஏனெனில் ஒவ்வொரு சாதியும் அவற்றின் சடங்குகளை அவற்றிற்கே உரிய சிறப்பியல்புகளைக் கொண்டு விளங்குகின்றன எனலாம்.

2.3 இனவரைவியல் ஆய்வுகளும் - சாதிப் பண்பாட்டு அடையாளக் கட்டமைப்பும்

இனவரைவியல் பற்றி ஆய்வு செய்யும் ஆய்வாளர்கள் பண்பாட்டு அம்சங்களைச் சேகரித்து அவற்றின் பண்பாட்டை

மட்டும் தனித்தனியாக ஆய்வு செய்வார்கள். ஒரு குறிப்பிட்ட இடத்தில், குறிப்பிட்ட சாதியினரிடம், குறிப்பிட்ட காலத்தில், நடந்ததைப் பற்றி பேசுவதாகும். மற்றொரு சாதியினரிடம் ஆய்வு செய்வதில்லை.

மதுரை காமராசர் பல்கலைக்கழகத்தில் குறிப்பிடத்தகுந்த அளவிற்கு இனவரைவியல் ஆய்வுகள் மேற்கொள்ளப்பட்டுள்ளன. அவை குறிப்பிட்ட சாதியினரின் அனைத்துப் பண்பாட்டு அம்சங்களையும் சேகரித்துத் தொகுத்துக் கூறும் விதமாகவே அமைந்துள்ளன. உதாரணமாக "மணியாட்டிக்காரர்களின் வாழ்க்கை" என்ற ஆய்வுத் தலைப்பை தேர்வு செய்து கொள்ளலாம். இவ்வாய்வில் மணியாட்டிக்காரர்களின் வாழ்க்கை முறை இனவரைவியல் முறையில் ஆய்வு செய்யப்பட்டுள்ளது.

இவ்வினவரைவியல் ஆய்வு, மணியாட்டிக்காரர்களின் முழுமையான பண்பாட்டு அடையாளங்களை வெளிப்படுத்தும் விதமாக அமைந்துள்ளது. இவ்வாய்வுகளின் மூலம் ஒரு சாதி பற்றிய முழுமையானத் தகவல்களைப் பற்றித் தெரிந்துகொள்ளலாம்.

மதுரை காமராசர் பல்கலைக்கழக நாட்டுப்புறத் தெய்வங்கள், சடங்குகள் மற்றும் இனவரைவியல் பற்றிய ஆய்வுகளில் நாட்டுப்புறத் தெய்வங்களும், சாதிச்சடங்குகள், அவற்றின் சிறப்பியல்புகள், அவற்றிற்கான முரண்பாடுகள், ஆய்வாளர்களால் கட்டமைக்கப்படும் பண்பாட்டு அடையாளக் கட்டமைப்புகள் ஆகியவை பற்றி அறிந்துகொள்ள முடிகிறது. மேலும் இவ்வாய்வுகள் சாதிப் பண்பாட்டு அடையாளங்களைக் கட்டமைக்கின்றனவே யன்றி சாதி முரண்பாடுகளைத் தோற்றுவிப்பவை அல்ல என்பதையும் உணர்ந்து கொள்ளமுடிகிறது.

3. நாட்டுப்புறவியல் ஆய்வுகளும் - தலித் பண்பாட்டு அடையாளக் கட்டமைப்பும்

தலித் பண்பாட்டு அடையாளக் கட்டமைப்பு ஆய்வாளர்களின் ஆய்வுகளால் நிகழ்த்தப்படக்கூடிய ஒன்றாகும். மதுரை காமராசர் பல்கலைக்கழக நாட்டுப்புறவியல் ஆய்வுகளில் "தலித்" மக்கள் பற்றிய ஆய்வுகள் மேற்கொள்ளப்பட்டுள்ளன. நாட்டுப்புற வழக்காறுகள் எல்லாப் பிரிவினரிடையே இருந்தாலும், தலித் மக்களிடமே அதிகமாகக் காணப்படுகின்றன எனலாம்.

தலித் பண்பாடு பற்றி ஆய்வு செய்யும் ஆய்வாளர்கள், பெரும்பாலும் தலித்துகளாகவே இருக்கின்றனர். இவ்வாய்வாளர்கள் பிற பிரிவினரிடம் ஆய்வு செய்கின்றனர். ஆயினும் தலித்திய ஆய்வுகள் தலித் ஆய்வாளர்களாலேயே அதிகம் மேற்கொள்ளப் பட்டுள்ளன.

தலித் மக்கள் பற்றிய ஆய்வுகள், அம்மக்களுக்கே உரிய பொருள்சார் பண்பாட்டு அடையாளங்கள், சடங்குகள், பழக்க வழக்கங்கள், உணவுப் பொருட்கள், அணிகலன்கள், அவர்களின் அழகியல் உணர்வுகள் ஆகியவற்றை வெளிப்படுத்துபவைகளாக உள்ளன.

மேலும் மேல்தட்டு மக்களால் கட்டமைக்கப்பட்டுள்ள கருத்துக்களை அப்படியே ஏற்றுக்கொள்ளும் விதமும் அவற்றை எதிர்க்கும் விதமும் என இரு வேறுவகையான தன்மைகள் தலித் மக்களின் வழக்காறுகளிலும் ஆய்வுகளிலும் காணப்படுகின்றன.

உதாரணமாக "பாளையங்கோட்டை அருந்ததி இனத்தாரின் வாழ்வும், சடங்குகளும்" மற்றும் "தென்காசி வட்டார இந்து ஆதிதிராவிடர் (பறையர்) சமுதாயப் பழக்கவழக்கங்கள்" என்ற ஆய்வுத் தலைப்புகளை எடுத்துக்கொள்ளலாம்.

மேலே குறிப்பிடப்பட்டுள்ள இரண்டு ஆய்வுகளும் அருந்ததி இனத்தவர்கள் மற்றும், பறையர் இனத்தவர்களின் சடங்குகளையும் பழக்க வழக்கங்களையும், உணவுப்பொருட்கள், புழங்குப் பொருட்கள், நம்பிக்கைகள், அழகியல் உணர்வுகள் பற்றியும் விளக்குபவையாக உள்ளன.

இவ்வாய்வுகளின் மூலம் "தலித் மக்கள்" தங்களது பண்பாடு பற்றியும், சமூகத்தில் தங்களது நிலைப்பாடு பற்றியும், எத்தகைய கருத் தாக்கங்களைக் கொண்டுள்ளனர் என்றும் அறிந்துகொள்ளலாம்.

தலித் மக்கள் பற்றி ஆய்வு செய்யும் ஆய்வாளர்கள் சிலர், மேல்தட்டு மக்களின் கருத்துக்களை ஏற்றுக் கொள்பவர்களாகவும், வேறு சில ஆய்வாளர்கள் தலித் விடுதலைக்காக ஆய்வு செய்பவர் களாகவும் தங்களைத் தங்களது ஆய்வு மூலமாக வெளிப்படுத்திக் கொள்கின்றனர்.

இவ்வாறு தலித் மக்களின் பொருள்சார் பண்பாட்டு வடிவங் கள் பற்றியும், வழக்காறுகள் பற்றியும் ஆய்வாளர்கள் தங்கள் கருத்தியல் சார்ந்து "தலித்" பண்பாட்டைக் கட்டமைக்கின்றனர்.

இதன்மூலம் நாட்டுப்புறவியல் ஆய்வுகளால் கட்டமைக்கப்படும் தலித் பண்பாட்டு அடையாளம் என்பது ஆய்வாளர்களின் கருத் தியலினாலும் கட்டமைக்கப்படுகிறது என்பதை அறிந்து கொள்ளலாம்.

4. நாட்டுப்புறவியல் ஆய்வுகளும் - பெண்ணிய அடையாளக் கட்டமைப்பும்

பெண்ணிய ஆய்வுக் கோட்பாடுகள், எண்பதுகளுக்குப் பிறகு வந்தவை ஆகும். பெண்ணிய ஆய்வுகளின் ஆரம்பக் காலகட்டம்

என்பதால் பெண்ணிய கோட்பாட்டு ஆய்வுகள் அதிக அளவில் நடைபெறவில்லை.

மேற்கொள்ளப்பட்ட சில ஆய்வுகளும் "மதுரை மாவட்ட மகளிர் நோன்புகள்" "நாட்டுப்புறப்பாடல்களில் பெண்களின் நிலை" என்றளவிலேயே நடைபெற்றுள்ளன.

மேற்கூறப்பட்ட ஆய்வுகள், பெண்ணியக் கோட்பாடுகளின் தாக்கத்தினால் மேற்கொள்ளப்பட்டன எனலாம். நாட்டுப்புற வழக்காறுகள் எல்லாவற்றிலும் பெண்ணின் பங்கு குறிப்பிடத் தகுந்தாகும். நாட்டுப்புறப் பாடல்கள், சடங்குகள், தெய்வ வழிபாட்டு முறைகள், ஆடை அணிகலன்கள், புழங்கு பொருட்கள், உணவுப் பொருட்கள், போன்றவை எல்லாம் பெண்களோடு தொடர்புடையவை ஆகும்.

ஆயினும் நாட்டுப்புற வழக்காறுகளைப் பொறுத்த அளவில் பெண் அடையாளக் கட்டமைப்பு என்பது ஆண் அடையாளக் கட்டமைப்பிற்கு அடங்கியதாகவே உள்ளது. பெண்கள் ஆண்களால் கட்டமைக்கப்பட்டுள்ள எல்லாக் கருத்துக்களையும் ஏற்றுக் கொள்பவர்களாக இருக்கின்றனர். சில இடங்களில் சாமி ஆடுதல், குறி சொல்லுதல் என்ற முறைகளின் மூலம் ஆண்களால் உருவாக்கப்பட்ட கட்டமைப்புகளிலிருந்து மாறுபட்டு நிற்கின்றனர். ஆனாலும் நாட்டுப்புற வழக்காறுகள் எல்லாவற்றிலும் பெண் அடையாளக் கட்டமைப்பு என்பது ஓர் இரண்டாந்தர நிலையிலேயே வைத்து கட்டமைக்கப்பட்டுள்ளது.

மேலும், நாட்டுப்புற வழக்காறுகள் என்ற சொல்லாடலில் பெண் பற்றிய எதிர்ச் சொல்லாடல்களை உருவாக்குவதற்கான வாய்ப்பு மிகக் குறைவே ஏனெனில் இது ஒரு நிலவுடைமைச் சமூகம் சார்ந்ததாகும்.

ஆயினும் இன்றைய பெண்ணியக் கோட்பாட்டு அறிஞர்கள் பெண் விடுதலை என்பது அடித்தளத்திலிருந்து தொடங்கப்பட வேண்டும் என்று வலியுறுத்தி வருகின்றனர். ஆகவே, நாட்டுப்புற வழக்காறுகள் பெண்ணிய ஆய்வுகளுக்கும், பெண் விடுதலைக்கும் மிகச் சிறந்த பங்கு வகிக்கும் என்பது நிதர்சனமாகும்.

மேலே குறிப்பிடப்பட்டுள்ள மதுரை காமராசர் பல்கலைக்கழக நாட்டுப்புறவியல் ஆய்வுகளால் கட்டமைக்கப்படும், வட்டாரப் பண்பாடு, சாதிப் பண்பாடு தலித் பண்பாடு, பெண்ணியப் பண்பாடு ஆகியவை பற்றிய கட்டமைப்புகள் ஆய்வாளருக்கு கிடைத்துள்ள தகவலின் அடிப்படையிலும் ஆய்வாளரின் சிந்தனைக்கு எட்டிய வரையும் ஆய்வு செய்யப்பட்டுள்ளன.

துணைநூற்பட்டியல்

1	ஞா. ஸ்டீபன் (தொ.ஆ)	1999	"பண்பாட்டு வேர்களைத் தேடி" நாட்டார் வழக்காற்றியல் ஆய்வு மையம், பாளையங்கோட்டை
2	சு. சக்திவேல்	1983	"நாட்டுப்புற இயல் ஆய்வு" மணிவாசகர் பதிப்பம், சென்னை
3	சு. சக்திவேல்	1998	"நாட்டுப்புறவியல் நூலடைவு" மணிவாசகர் பதிப்பகம், சென்னை
4	சு. சண்முகசுந்தரம்	2000	"அகத்தாரும் புறத்தாரும்" தன்னானே பதிப்பகம், சென்னை
5	தமிழண்ணல் (ப.ஆ)	1988	"தமிழியியல் ஆய்வு" மதுரை காமராசர் பல்கலைக்கழம், மதுரை
6	அ. மார்க்ஸ் (தொ.ஆ)	1998	"விளிம்புநிலை ஆய்வுகளும் தமிழ்க் கதையாடல்களும்" நிறப்பிரிகை வெளியீடு
7	அ. மார்க்ஸ்	2001	"பெரியார்?" அடையாளம் வெளியீடு
8	ஆறு. இராமநாதன்	2002	"மாறிவரும் சமூகம்: நாட்டுப்புற ஆய்வுகள்" தன்னானே பதிப்பகம், சென்னை
9	ஆறு. இராமநாதன்	1997	"நாட்டுப்புற இயல் ஆய்வுகள்" மணிவாசகர் பதிப்பகம், சென்னை
10	பக்தவத்சலபாரதி	1990	"பண்பாட்டு மானுடவியல்" மணிவாசகர் பதிப்பகம், சென்னை

ஆய்வேடு

1	ஓ. கே. ஆத்மானந்தம்	1985	"மதுரை காமராசர் பல்கலைக்கழகத் தமிழியல் துறையின் தோற்றமும் வளர்ச்சியும்" (அச்சில் வெளிவராத எம். ஃபில் பட்ட ஆய்வேடு), மதுரை காமராசர் பல்கலைக்கழகம்.